HEILDAR LEIÐARVÍSIR TIL AÐ BÚA TIL SUSHI

SKREF-FYRIR-SKREF UPPSKRIFTIR TIL AÐ BÚA TIL SUSHI HEIMA

Ludvik Blöndal

Fyrirvari

Upplýsingunum sem er að finna í þessari rafbók er ætlað að þjóna sem alhliða safn aðferða sem höfundur þessarar rafbókar hefur rannsakað. Samantektir, aðferðir, ábendingar og brellur eru aðeins meðmæli frá höfundi og lestur þessarar rafbókar mun ekki tryggja að niðurstöður manns muni nákvæmlega endurspegla niðurstöður höfundar. Höfundur rafbókarinnar hefur lagt allt kapp á að veita lesendum rafbókarinnar núverandi og nákvæmar upplýsingar. Höfundur og félagar hans munu ekki bera ábyrgð á óviljandi villu eða vanrækslu sem kunna að finnast. Efnið í rafbókinni getur innihaldið upplýsingar frá þriðja aðila. Efni frá þriðja aðila samanstanda af skoðunum frá eigendum þeirra. Sem slíkur tekur höfundur rafbókarinnar ekki ábyrgð eða ábyrgð á efni eða skoðunum þriðja aðila. Hvort sem það er vegna framfara internetsins, eða ófyrirséðra breytinga á stefnu fyrirtækisins og leiðbeiningum um ritstjórn, getur það sem fram kemur sem staðreynd þegar þetta er skrifað orðið úrelt eða óviðeigandi síðar.

EFNISYFIRLIT

INNGANGUR

Sushi er hefðbundinn japanskur réttur af tilbúnum eddikuðum hrísgrjónum, venjulega með smá sykri og salti, ásamt ýmsum hráefnum eins og sjávarfangi, oft hráu, og grænmeti. Stíll sushi og framsetning þess er mjög mismunandi, en eitt lykilefnið er "sushi hrísgrjón", einnig kölluð shari eða sumeshi.

Sushi er venjulega búið til með meðalkornum hvítum hrísgrjónum, þó hægt sé að útbúa það með brúnum hrísgrjónum eða stuttkornum hrísgrjónum. Það er mjög oft útbúið með sjávarfangi, eins og smokkfiski, áli, gulhala, laxi, túnfiski eða eftirlíkingu af krabbakjöti. Margar tegundir af sushi eru grænmetisæta. Það er oft borið fram með súrsuðum engifer (gari), wasabi og sojasósu. Daikon radísa eða súrsuð daikon (takuan) er vinsælt skraut fyrir réttinn.

Sushi sem máltíð er ekki hefðbundið hugtak. Hins vegar, ef þú ætlar að eyða tíma í að útbúa dásamlegt sushi heima, þá viltu líklegast gera fullkomna upplifun af því. Auðvelt er að skipuleggja sushi máltíð í samræmi við smekk þinn, fjárhagsáætlun eða þann tíma sem þú hefur á hendi.

1. Grænmetishandrúllur

HRÁEFNI

- 1 bolli (200 g) tilbúin hefðbundin sushi hrísgrjón
- 1 matskeið miso paste
- 1 tsk hrísgrjónaedik
- 1 tsk ferskur appelsínusafi
- ½ búnt spergilkál, gufusoðið
- 4 blöð nori, 4 x 7 tommur (10 cm x 18 cm)
- 1 gulrót, skorin í 4 tommu (10 cm) lengdar eldspýtustangir
- 4 tsk hakkað grænn laukur, aðeins grænir hlutar
- 4 tsk rúsínur

LEIÐBEININGAR

a) Undirbúið Sushi hrísgrjónin.

b) Hrærið saman miso-maukinu, hrísgrjónaediki og appelsínusafa í lítilli skál. Skerið spergilkálið í litla bita og blandið misóblöndunni út í.

c) Stilltu nori yfir vinstri lófann með grófu hliðina upp. Ýttu á 4 matskeiðar af tilbúnum Sushi hrísgrjónum á vinstri ⅓ af nori.

d) Setjið ¼ af brokkolíbitunum niður fyrir miðju hrísgrjónanna. Raðið ¼ af gulrótarstöngunum á hrísgrjónin. Stráið 1 tsk af grænlauknum og 1 tsk af rúsínunum yfir.

e) Taktu neðra vinstra hornið á nori og brjóttu það yfir fyllingarnar þar til það nær efsta punktinum rétt handan við hrísgrjónin. Rúllaðu rúllunni niður og myndaðu þétta keilu þar til öllum nori hefur verið vafið utan um. Ef þess er óskað skaltu festa lausa brúnina með einu hrísgrjónakorni.

f) Endurtaktu leiðbeiningarnar með afganginum af nori, hrísgrjónum og fyllingum. Berið rúllurnar strax fram með sojasósu til að dýfa í.

2. Handrúllur úr kókosrækjum

HRÁEFNI

- 1 bolli (200 g) tilbúin hefðbundin sushi hrísgrjón
- 8 stórar ferskar rækjur, afhýddar og afvegaðar, halar fjarlægðar
- 4 matskeiðar kartöflusterkja eða maíssterkja (maísmjöl)
- 1 stórt egg 2 matskeiðar vatn
- ½ tsk salt
- 1 tsk hrísgrjón furikake
- 2 hrúgafullar matskeiðar flöguð, ósykrað kókos
- 4 hrúgaðar matskeiðar japanskar brauðrasp (panko)
- Olía til steikingar
- Fjögur 4 x 7 tommu (10 x 18 cm) blöð nori
- 4 tsk hnetusósa
- Ein ensk agúrka eða japönsk agúrka, fræhreinsuð og skorin í 4 tommu (10 cm) lengdar eldspýtustangir
- ½ mangó, afhýtt, fræhreinsað og skorið í eldspýtustangir
- 2 tsk hakkað grænn laukur, aðeins grænir hlutar

LEIÐBEININGAR

a) Undirbúið Sushi hrísgrjón og hnetusósu.

b) Gerðu 2 litla skurði þvert yfir neðanhlið hverrar rækju. Snúðu þeim við og þrýstu þétt niður til að fletja þau út og teygja. Dýptu hverja rækju í kartöflusterkju eða maíssterkju (maísmjöl) og settu til hliðar.

c) Hrærið saman eggi, vatni, salti og furikake (hrísgrjónakrydd) í lítilli skál. Sameina kókoshnetuna og japanska brauðmylsnuna í annarri lítilli skál.

d) Hitið 1 tommu (2,5 cm) af olíu á pönnu í 350°F (175°C). Dýfðu hverri rækju í eggjablönduna og síðan þurru kókosblöndunni. Bætið við heitu olíuna og steikið þar til gullinbrúnt er, um 2-2 ½ mín. Tæmið á vírgrind.

e) Stilltu 1 blað af nori í vinstri lófa þínum þannig að grófa hliðin snúi upp. Ýttu á 4 teskeiðar tilbúin Sushi hrísgrjón á vinstri ⅓ af nori.

f) Smyrðu 1 tsk hnetusósu niður í miðjuna á hrísgrjónunum. Settu 2 af tilbúnu rækjunum á hrísgrjónin. Toppið með ¼ af gúrkustöngunum, ¼ af mangóstöngunum og ½ teskeið af grænlauknum.

g) Taktu neðsta vinstra hornið á nori og brjóttu það yfir fyllingarnar þar til það nær efsta punktinum rétt handan við hrísgrjónin. Rúllaðu rúllunni niður og myndaðu þétta keilu þar til allt nori hefur verið vafið utan um hana. Ef þess er óskað skaltu festa lausa brúnina með einu hrísgrjónakorni.

3. Grillaðar hörpuskeljarúllur

HRÁEFNI

- 1 bolli (200 g) tilbúin hefðbundin sushi hrísgrjón
- 8 ferskar hörpuskel, hrærðar
- 2 matskeiðar canola olía
- $\frac{1}{4}$ tsk dökk sesamolía
- Safi úr $\frac{1}{2}$ lime
- Salt eftir smekk
- Fjögur 4 x 7 tommu (10 x 18 cm) blöð nori
- 4 tsk ristað sesamfræ
- 4 tsk maískorn, soðin
- 4 ferskir kóríandergreinar (kóríander)
- $\frac{1}{4}$ rauð paprika, skorin í eldspýtustangir
- Ein ensk agúrka eða japönsk agúrka, fræhreinsuð og skorin í 4 tommu (10 cm) eldspýtustangir

LEIÐBEININGAR

a) Undirbúið Sushi hrísgrjónin.
b) Þurrkaðu sjávarskálina. Blandið rapsolíu, sesamolíu og limesafa saman í lítilli skál. Bætið hörpuskeljunum út í og hrærið þannig að þær verði jafnt yfir. Stráið salti yfir hörpuskelina. Hitið grillið hátt og grillið hörpuskelina, 1 mínútu á hvorri hlið. Kælið áður en hver hörpuskel er skorin í tvennt.
c) Stilltu nori yfir vinstri lófann með grófu hliðina upp. Ýttu á 4 matskeiðar af tilbúnum Sushi hrísgrjónum á vinstri ⅓ af nori. Stráið 1 tsk af sesamfræjunum yfir hrísgrjónin.

d) Setjið 4 helminga af hörpudiski niður í miðju hrísgrjónanna. Skeið 1 teskeið af maískjörnum niður í miðju hrísgrjónanna. Bætið við 1 ferskum kóríanderkvisti, fylgt eftir með $\frac{1}{4}$ af rauðu papriku eldspýtustokkunum og $\frac{1}{4}$ af gúrkukvisti.

e) Taktu neðra vinstra hornið á nori og brjóttu það yfir fyllingarnar þar til það nær efsta punktinum rétt handan við hrísgrjónin. Rúllaðu rúllunni niður og myndaðu þétta keilu þar til öllum nori hefur verið vafið utan um.

4. Hörpuskel Carpaccio

HRÁEFNI

- 1 lítil kartöflu, afhýdd
- Olía til steikingar
- 1 tsk salt
- 1 tsk furikake
- 8 stórar, ferskar hörpuskel, hrærðar
- 2 Mandarín appelsínur, skrældar, börkur fjarlægður og sneiddar
- 4 tsk hakkað grænn laukur (laukur), aðeins grænir hlutar
- 4 matskeiðar ósaltað smjör, brætt og haldið heitu
- 4 matskeiðar Ponzu sósa

LEIÐBEININGAR

a) Setjið skalottlauk í sneiðar í litla skál og stráið 1/2 tsk salti yfir. Bætið ediki út í og blandið varlega saman, hafðu skalottlaukana á kafi. Látið standa við stofuhita í 30 mínútur. (Má gera 1 eða 2 daga fyrirvara og geyma í kæli.) Afstandandi edik má geyma til annarra nota, eins og salatsósu.
b) Skerið hverja hörpuskel þvers og kruss í mjög þunnar sneiðar með beittum hníf. Dreifið sneiðum á sex kælda plötur og leggið þær flatar í hringlaga mynstur. Raðið helminguðum kirsuberjatómötum yfir hvern disk. Stráið hörpuskel og tómötum salti, smá pepperoncino, nokkrum kapers og smá súrsuðum skalottlaukum yfir.
c) Skreytið með rifnum eða niðurskornum basilíkulaufum og nokkrum litlum basilíkulaufum. Gefðu hverjum disk kreista

af límónusafa og ríkulega skvettu af ólífuolíu. Berið fram strax.

5. Sæt rækju Sashimi

HRÁEFNI

- 1 pund rækja, hausar heil
- ½ bolli (60 g) kartöflusterkja eða maíssterkja (maísmjöl)
- ½ tsk rauð piparduft (togarashi) eða malaður rauður pipar (cayenne)
- Olía til steikingar
- 1 tsk salt
- 1 matskeið dökk sesamolía
- 1 matskeið ferskur lime safi
- 1 matskeið sojasósa
- 4 tsk svört flugfiskhrogn (tobiko)
- 4 grænir laukar, aðeins grænir hlutar
- 4 quail egg
- 2 tsk wasabi-mauk

LEIÐBEININGAR

a) Setjið laxinn, krabbakjötið og hvíta túnfiskinn í aðskildar litlar skálar sem ekki eru úr málmi. Hrærið saman sætum lauk, grænum lauk, sojasósu, sesamolíu, ferskri engiferrót og ogo í meðalstórri skál. Skiptið blöndunni á milli 3 skálanna af sjávarfangi.

b) Fyrir laxapokéið, bætið við klípu af sjávarsalti og 1 tsk af ristuðum sesamfræjum. Fyrir krabbapokéið, hrærið hægelduðum tómötum út í blönduna.

c) Hrærið 2 tsk af macadamia hnetum í skálina fyrir hvítan túnfiskinn.

d) Hyljið hvern poké og geymið í kæli í að minnsta kosti 1 klst.

e) Berið fram hvern poké kældan með hrísgrjónakökum, ef vill.

-

6. Poké tríó

HRÁEFNI

- 6 únsur. (175 g) ferskur lax, skorinn í teninga
- 6 únsur. (175 g) krabbakjöt
- 6 únsur. (175 g) ferskur hvítur túnfiskur, skorinn í teninga
- $\frac{1}{4}$ stór sætur laukur, saxaður
- 3 matskeiðar hakkað, grænn laukur, aðeins grænir hlutar
- 4 matskeiðar sojasósa
- 2 tsk sesamolía
- 2 tsk söxuð fersk engiferrót
- $\frac{1}{2}$ bolli (25 g) ogo , saxað
- Klípa af sjávarsalti
- 1 tsk ristað sesamfræ
- 1 lítill tómatur, skorinn í teninga
- 2 tsk ristaðar macadamia hnetur, grófsaxaðar
- Hrísgrjónakex til framreiðslu, valfrjálst

LEIÐBEININGAR

a) Setjið laxinn, krabbakjötið og hvíta túnfiskinn í aðskildar litlar skálar sem ekki eru úr málmi. Hrærið saman sætum lauk, grænum lauk, sojasósu, sesamolíu, ferskri engiferrót og ogo í meðalstórri skál. Skiptið blöndunni á milli 3 skálanna af sjávarfangi.

b) Fyrir laxapokéið, bætið við klípu af sjávarsalti og 1 tsk af ristuðum sesamfræjum. Fyrir krabbapokéið, hrærið hægelduðum tómötum út í blönduna.

c) Hrærið 2 tsk af macadamia hnetum í skálina fyrir hvítan túnfiskinn. Hyljið hvern poké og geymið í kæli í að minnsta kosti 1 klst.
d) Berið fram hvern poké kældan með hrísgrjónakökum, ef vill.

7. Lúða með sítrónu og Matcha salti

HRÁEFNI

- 8 únsur. (225 g) fersk lúða, hornskorin í nokkrar sneiðar
- 1 sítrónu
- 3 tsk gróft sjávarsalt
- ½ tsk grænt te duft (Matcha)

LEIÐBEININGAR

a) Raðið lúðusneiðunum á framreiðsludisk.

b) Skerið sítrónuna í tvennt þvers og kruss og skerið nógu marga endana í burtu þannig að sítrónuhelmingarnir setjist flatir. Staflaðu sítrónuhelmingunum og settu þá á borðið.

c) Blandið sjávarsalti og grænu tedufti saman í litlum fati. Settu græna tesaltið í haug á framreiðsluskálina eða settu það í lítið fat til að bera á hliðina. Til að bera fram sashimi, kreistu sítrónuhelmingana yfir lúðuna. Stráið salti af grænu tei yfir bitana eftir smekk.

8. Nautakjöt Tataki fat

HRÁEFNI

- 450 g flaka steik, miðskorin
- 1 matskeið sesamolía
- Nýmalaður svartur pipar

MARINADE:

- 3 matskeiðar létt sojasósa
- Malaður svartur pipar
- 2 matskeiðar japanskt mirin (hrísgrjónavín) eða þurrt sherry
- 2 vorlaukar, þunnar sneiðar,
- 1 stór hvítlauksgeiri, afhýddur og smátt saxaður
- 1 x 1,25 cm stykki ferskt rótarengifer, afhýtt og smátt saxað
- Örsalatblöð, til að skreyta

PONZU-STÍL DRESSING:

- 2 matskeiðar sítrónusafi
- 4 matskeiðar hrísgrjónavínsedik
- 4 matskeiðar mirin
- 4 matskeiðar létt sojasósa
- 1 matskeið sesamolía

GRÆNTÆMI

- 1 lítill mooli (eða daikon radísa, fæst í stærri matvöruverslunum), afhýdd og skorin í litla strimla
- 1 stór gulrót, afhýdd og skorin í litla strimla eða eldspýtustangir

- 1 agúrka, fræhreinsuð og skorin í litla strimla eða eldspýtustangir

LEIÐBEININGAR

a) Hitið stóra steikarpönnu þar til hún er heit.
b) Setjið nautakjötið í stóra skál, bætið olíunni út í, kryddið með piparnum og blandið saman.
c) Til að steikja nautakjötið brúnt út um allt á pönnunni (nautakjötið ætti að vera mjög sjaldgæft í miðjunni). Færið yfir á stóran disk til að kólna.
d) Blandið marineringunni saman í stórum matarpoka úr plasti. Bætið nautakjöti út í, innsiglið og kælið í ísskáp í allt að 4 klukkustundir, eða yfir nótt, ef tími leyfir.
e) Í lítilli skál þeytið hráefni dressingarinnar saman. Lokið og setjið til hliðar. Blandið grænmetinu saman í meðalstórri skál.
f) Skerið nautakjötið þunnt yfir kornið. Leggið sneiðarnar á stórt fat og dreypið helmingnum af ponzu-dressingunni yfir.
g) Stráið örblöðunum létt yfir og dreifið meira af dressingunni yfir. Hellið því sem eftir er yfir grænmetið og berið fram með nautakjöti.

9. Túnfiskur Sashimi með Jalapeno Granita

HRÁEFNI

- 1 bolli (250 ml) vatn
- ⅔ bolli (125 g) sykur
- 1 jalapeño chili pipar
- 1 tsk söxuð fersk engiferrót
- 2 stór shiso lauf
- 12 únsur. (350 g) blokk ferskur hvítur túnfiskur eða guluggatúnfiskur
- 1 sítróna, skorin í mjög þunnar sneiðar

LEIÐBEININGAR

a) Til að undirbúa granítuna, láttu vatnið sjóða í lítilli potti. Bætið sykrinum út í og hrærið þar til hann leysist rétt upp. Leyfið blöndunni að kólna aðeins áður en hún er hellt í blandara. Skerið jalapeñoið í grófa bita og bætið í blandarann.

b) Henda engiferrótinni og 2 shiso laufum út í. Blandið þar til blandan er froðukennd. Sigtið í gegnum fínt möskva sig og fargið föstu efninu þegar þú ert búinn. Hellið vökvanum í grunna málmpönnu og setjið í frysti þar til það er fast.

c) Steikið hvíta túnfiskinn að utan með kyndli eða á pönnu við hæfilega háan hita (ef gulur uggi er notaður má ekki steikja hann). Kælið aðeins, skerið svo túnfiskinn í um það bil 6 mm ($\frac{1}{4}$ tommu) þykkar sneiðar.

d) Til að bera fram skaltu taka Jalapeño Granita úr frystinum. Notaðu gaffal til að skafa eða flísa frosna massann.

e) Setjið nokkrar matskeiðar af granítunni í martiniglas. Raðið 4 sneiðum af steiktum túnfiski yfir granítuna, setjið sítrónusneið í miðjuna.

10. Makizushi

HRÁEFNI

SUSHI hrísgrjón:

- 2 hrísgrjónabollar Japansk stuttkorna hrísgrjón
- 2 tommu kombu (þurrkaður þari)
- 4 matskeiðar hrísgrjónaedik
- 2 matskeiðar sykur
- 1 msk salt
- Vatn

HOSOMAKI:

- 1 persnesk/japönsk agúrka
- 6,8 oz. sashimi-gráða túnfiskur
- 1 kassi natto (gerjað sojabaun)
- 5 blöð nori (þang)
- Sojasósa
- Wasabi (valfrjálst)
- Sushi engifer (valfrjálst)

EDIKIÐ HANDDÝFÐVATN:

- $\frac{1}{4}$ bolli vatn
- 1 matskeiðar hrísgrjónaedik

LEIÐBEININGAR

a) Skolið hrísgrjónin nokkrum sinnum til að draga út eins mikið af sterkju og hægt er og drekkið þau síðan í vatni í að minnsta kosti hálftíma. Notaðu blautan klút til að þurrka

Kombu mjúklega af og passaðu að fjarlægja ekki hvíta duftkennda efnið á yfirborðinu.

b) Eldið hrísgrjónin í hrísgrjónaeldavél, bætið við því magni af vatni sem þarf (leitið að merkingunum á vélinni þinni). Ef þú ert að elda hrísgrjónin í lokuðum potti þarftu rúmlega hálfan lítra af vatni. Henda í þurrkuðum þara fyrir auka bragð.

c) Blandið hrísgrjónaediki, salti og sykri saman á lítilli pönnu og látið suðuna koma upp við meðalháan loga og hrærið þar til sykurinn leysist upp. Látið kólna.

d) Flyttu soðnu hrísgrjónunum í rakt flatbotna fat, bætið sushi ediki út í og blandið létt saman. Leggið blautan klút yfir fatið og setjið til hliðar.

e) Til að búa til hosomaki skaltu skera báða endana af gúrkunni, skera hana síðan í tvennt eftir endilöngu og endurtaka ferlið 2 sinnum í viðbót, fjarlægja fræin - þú ættir að enda með 8 ræmur.

f) Eftir að þú hefur skorið túnfiskinn í $\frac{1}{4}$ - $\frac{1}{2}$" bita, skerðu þá bita í $\frac{1}{4}$ - $\frac{1}{2}$" þykka langar ræmur.

g) Kryddið natto með smá sojasósu eða kryddinu sem fylgir með í pakkanum og blandið síðan saman þar til það er þykkt.

h) Í lítilli skál, blandaðu $\frac{1}{4}$ bolli af vatni og 1 matskeið af hrísgrjónaediki. Að dýfa höndum þínum í þetta edikaða vatn kemur í veg fyrir að hrísgrjónin festist.

i) Haltu lengri hliðinni á ferhyrndu þanginu í helming. Glansandi hlið niður, settu hálfa blaðið á bambus sushi mottuna, lengri hlið blaðsins samsíða hliðinni á mottunni næst þér. Skildu eftir 3-4 rimla sýnilega á þessari næstu hlið.

j) Vættu mælibikarinn með edikivatni og ausaðu aðeins $\frac{1}{2}$ bolla í blauta hönd þína. Eftir að hafa sett hrísgrjónin á vinstri-miðjuna á nori lakinu, dreift því yfir, skilið eftir 1" bil meðfram efstu brúninni. Næst skaltu setja eina fyllingu í miðjuna á hrísgrjónunum og halda henni niðri með fingrunum; sushi yfir fyllinguna, lendir við brún hrísgrjónalagsins.

k) mótaðu og hertu rúlluna þétt í gegnum mottuna. Eftir að mottuna hefur verið fjarlægð skaltu rúlla sushiinu einu sinni enn til að loka brúninni á þanginu.

l) Skerið rúlluna í 6 hluta, vætið hnífinn stöðugt með rökum klút. Berið fram með kryddi.

11. <u>Hosomaki</u>

HRÁEFNI

FYRIR SUSHI hrísgrjónin:

- 660 g soðin japönsk sushi hrísgrjón
- 50ml sushi edik

Hráefni

FYRIR ÞUNNA RULLINN:

- 1 löng ræma af sashimi fiski
- 1 blað nori þang
- 1/2 msk wasabi
- að þjóna:
- 1 msk sojasósa

LEIÐBEININGAR

a) Vætið sushi hrísgrjónaskál að innan eða stórri skál til að koma í veg fyrir að hrísgrjónin festist. Hrísgrjónin þurfa að vera nýsoðin og heit þegar sushi hrísgrjón eru útbúin.

b) Setjið soðnu hrísgrjónin í skálina og bætið sushi ediki út í. Blandið edikinu varlega saman við hrísgrjónin með því að nota hrísgrjónaspaði þar til edikið er vel innbyrt. Látið sushi hrísgrjónin kólna niður í stofuhita. Hyljið sushi hrísgrjónin með vættu viskustykki til að koma í veg fyrir að hrísgrjónin þorni.

c) Skerið nori þangið í tvennt og setjið síðan helminginn af nori á sushimottuna með glanshliðinni niður. Sem gullin regla ætti glanshliðin á nori þanginu alltaf að vera utan á sushiinu.

d) Settu u.þ.b. 80 g af sushi hrísgrjónum á nori þangið og dreifðu jafnt yfir og skildu eftir 1 cm á efri brúnina. Bætið við litlum skammti af wasabi og setjið ræmuna af sashimi fiski í miðjuna.

e) Byrjaðu að rúlla frá botninum, stingdu brúninni á rúllunni til að fylla fyllinguna að fullu. Lyftu kantinum á mottunni og haltu áfram að rúlla áfram þar til sushi hefur myndast í fastan strokk.

f) Bleytið aðeins blaðið af beittum hníf og skerið rúlluna í 6 bita. Skerið það fyrst í tvennt og síðan helmingana í þriðju. Hreinsaðu hnífinn með blautu handklæði á milli skurða til að koma í veg fyrir að hrísgrjónin festist við hnífinn.

12. <u>Chumaki</u>

HRÁEFNI

- 2 bollar soðin og eddikuð sushi hrísgrjón
- 3 blöð nori þang (stærð 7 x 9 tommur)
- 1 þroskað avókadó
- 1 stökk agúrka
- 1 tamagoyaki (japansk eggjakaka)
- skvetta af (japanskri) sojasósu
- 1/2 tsk wasabi eða dijon sinnep
- 1 msk súrsuð engifer (gari)

LEIÐBEININGAR

a) Afhýðið gúrkuna og skerið hana í tvennt með skeið, fjarlægið fræin af hvorum helmingi

b) Skerið hvern helming í tvennt og hvern fjórðung í tvennt aftur, aftur um alla lengd gúrkunnar. Þetta gefur 8 langa gúrkustangir

c) Skerið tilbúna tamagoyaki í ræmur af 1/5 x 1/5 tommu

d) Skerið þroskað avókadó í tvo helminga með því að færa hnífinn í kringum gryfjuna. Fjarlægðu gryfjuna. Skerið kjötið úr helmingnum með stórri skeið og setjið á borðið.

e) Notaðu hnífinn þinn til að skera 1/5 af 1/5 tommu ræmur avókadó

f) Setjið makusi á brettið, setjið matarfilmu ofan á og síðan nori þangið með glansandi hlið niður, á matarfilmuna, lengri hliðin á þangplötunni næst þér. Dreifið svo hálfum bolla af sushi hrísgrjónum jafnt á blaðið, þannig að einn tommur frá ysta (langa) enda þangsblaðsins er óhjúpaður með hrísgrjónum. Notaðu blautan bolla og notaðu blauta fingur til að höndla hrísgrjónin

g) Settu síðan avókadóið, tamagoyaki og gúrkulengdirnar í línum við hliðina á langhliðinni á þakinu ofan á hrísgrjónin

h) Veltu síðan þanginu frá þér, þannig að tommur af óhuldu þangi sést áfram. Hertu rúlluna áður en þú rúllar í gegnum og fanga tommuna af óhjúpuðu þangi líka.

13. Futomaki

HRÁEFNI

DAIKON RADISH

- 1 únsa þurrkuð kanpyo (daikon radish)
- Vatn (til að liggja í bleyti)
- 2/3 bolli dashi súpukraftur
- 3 matskeiðar sojasósa
- 2 matskeiðar sykur
- 1 matskeið mirin

EGGJAKAKA

- 2 egg OG 2 tsk sykur
- Canola olía

FUTOMAKI RÚLLUR

- 4 blöð af nori (þurrkuðu þangi)
- 6 bollar tilbúin sushi hrísgrjón (gufusoðin stuttkornin hvít hrísgrjón krydduð með sushi ediki)
- 1 lítil agúrka (snyrt og skorin langsum í fernt)

LEIÐBEININGAR

a) Í lítilli skál, þvoðu, skolaðu og tæmdu kanpyo (þurrkuð daikon radish).
b) Leggið síðan í bleyti í fersku vatni í um 1 klukkustund þar til það er mjúkt og teygjanlegt.
c) Kreistu umfram vatn úr kanpyo.
d) Skerið mildað kanpyo í um það bil 8 tommu langa bita.

e) Í miðlungs potti, blandaðu saman dashi súpukrafti, sojasósu, sykri og mirin. Látið suðu koma upp við meðalhita.
f) Bætið kanpyo út í og látið malla við vægan hita þar til vökvinn er næstum horfinn. Látið kólna.

UNDIRBÚÐU TAMAGOYAKI

g) Þeytið egg og sykur í lítilli skál.
h) Hitið rapsolíu á lítilli pönnu og passið að hjúpa pönnuna. Bætið eggjablöndunni saman við til að búa til þunnt lag. Rúllaðu síðan eggjaeggjakökunni rólega saman eða brjótið saman til að búa til þykkt valsaða eggjaköku.
i) Takið af pönnunni og leyfið því að kólna. Skerið það í langa stangir.

FUTOMAKI SUSHI RÚLLUR

j) Leggðu plastfilmu yfir bambusmottuna. (Þetta auðveldar hreinsunina.) Settu stóra lak af þurrkuðum, ristuðum þangi (nori) yfir plastfilmuna á bambusmottunni.
k) Dreifið jafnt 1/4 skammti af sushi hrísgrjónum ofan á þurrkað þangsblað.
l) Settu kanpýó, eggjaköku og agúrkustöng lárétt á hrísgrjónin í miðjunni. Rúllaðu upp bambusmottunni, þrýstu fram á við til að móta sushiið í strokk. Þrýstu þétt á bambusmottuna og fjarlægðu hana úr sushiinu.
m) Settu sushi til hliðar og endurtaktu til að búa til 3 Futomaki rúllur í viðbót.

n) Þurrkaðu af hníf með blautum klút áður en Futomaki er sneið. Skerið rúllað Futomaki sushi í hæfilega stóra bita.

1.

14. <u>Uramaki</u>

HRÁEFNI

FYRIR SUSHI hrísgrjónin:

- 660 g soðin japönsk sushi hrísgrjón
- 50ml sushi edik

FYRIR INNI ÚT RULLINN:

- 1 löng ræma af sashimi fiski
- 1 löng ræma af agúrku
- 1 blað nori þang
- 1 kvistur dill
- 1/2 msk wasabi
- til að bera fram: 1 msk sojasósa

LEIÐBEININGAR

a) Vætið sushi hrísgrjónaskál að innan eða stórri skál til að koma í veg fyrir að hrísgrjónin festist. Hrísgrjónin þurfa að vera nýsoðin og heit þegar sushi hrísgrjón eru útbúin.

b) Setjið soðnu hrísgrjónin í skálina og bætið sushi ediki út í. Blandið edikinu varlega saman við hrísgrjónin með því að nota hrísgrjónaspaði þar til edikið er vel innbyrt. Látið sushi hrísgrjónin kólna niður í stofuhita. Hyljið sushi hrísgrjónin með vættu viskustykki til að koma í veg fyrir að hrísgrjónin þorni.

c) Skerið nori þangið í tvennt og setjið síðan helminginn af nori á sushimottuna með glanshliðinni niður. Sem gullin regla ætti glanshliðin á nori þanginu alltaf að vera utan á sushiinu.

d) Settu um það bil 110 g af sushi hrísgrjónum á nori þangið og dreift jafnt yfir. Setjið dillkvistinn á hrísgrjónin. Snúið nori þanginu og sushi hrísgrjónunum við þannig að nori þangið snúi upp. Bætið við litlum skammti af wasabi og setjið tvær ræmur af gúrku og sashimi fiski í miðjuna.

e) Byrjaðu að rúlla frá botninum, stingdu brúninni á rúllunni til að fylla fyllinguna að fullu. Lyftu kantinum á mottunni og haltu áfram að rúlla áfram þar til sushi hefur myndast í fastan strokk.

f) Bleytið aðeins blaðið af beittum hníf og skerið rúlluna í 6 bita. Skerið það fyrst í tvennt og síðan helmingana í þriðju.

15. Temaki

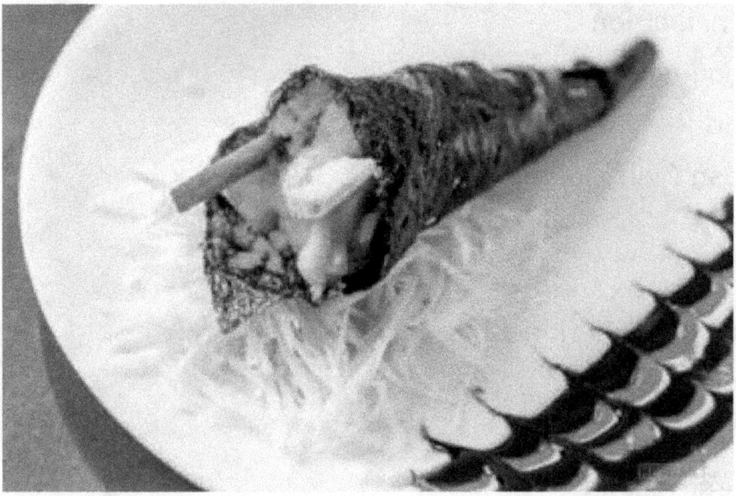

HRÁEFNI

- 200 g sushi hrísgrjón
- 2 blöð nori þang
- 50ml sushi edik
- 1 msk sojasósa (valfrjálst)

FYLLINGAR

- túnfiskur í dós með majónesi
- túnfiskur
- lax
- tamagoyaki eggjakaka
- avókadó
- sjávarfangsstangir
- rækjur
- agúrka

KRYÐSLUR

- majónesi
- hvítt sesam
- svart sesam
- wasabi
- yuzu kosho pipar

LEIÐBEININGAR

a) Eftir að hafa soðið 200 g af hrísgrjónum skaltu blanda saman við 50 ml af sushi ediki og láta kólna áður en þú notar.

b) Undirbúið fyllingarnar í þunnar 10 cm ræmur og skerið nori þangblöðin í tvennt.
c) Dreifðu sushi-hrísgrjónunum þínum á grófu hliðina á 1 stykki af nori þannig að þau hylji vinstri helming þeirra. Þú þarft ekki að dreifa hrísgrjónum beint á brúnirnar.
d) Settu blaðið af nori þangi lárétt í vinstri hendi.
e) Byrjaðu að bæta einhverju hráefni í miðjuna ofan á hrísgrjónin. Þú getur notað hvaða samsetningu sem er, en lax og avókadó bæta oft hvort annað vel upp.
f) Nú á að rúlla Temaki. Brjótið fyrst fylltu hliðina frá vinstri yfir fyllinguna. Rúllaðu næst sléttu hliðinni af nori þangi inn frá hægri og búðu til keilu með höndunum. Festið endann á rúllunni með pressuðu stykki af rökum hrísgrjónum sem tekið er úr fyllingunni.

16. Chakinzushi

HRÁEFNI

FYRIR CHIRASHI SUSHI hrísgrjón:

- 150 g hrísgrjón
- 1 pakki chirashi sushi hrísgrjónablöndu

FYRIR EGGAKRÁPPAKA:

- 9 egg
- 2 matskeiðar katakuriko kartöflusterkja, blandað saman við 2 teskeiðar af vatni
- 2 matskeiðar sykur
- 2 matskeiðar salt
- 7-8 grænir laukar

LEIÐBEININGAR

a) Elda hrísgrjón.
b) Hellið nýsoðnum hrísgrjónum í sushi oke eða álíka viðeigandi skál til að blanda saman. Bætið chirashi sushi hrísgrjónum saman við og blandið vel saman. Setjið til hliðar til að kólna.
c) Þeytið egg, katakuriko kartöflusterkjublöndu, sykur og salt saman í sérstakri skál þar til það hefur blandast vel saman.
d) Notaðu steikarpönnu við miðlungshita og helltu nægu deigi út í fyrir þunnt eggjakrem sem er um 20 cm í þvermál. Eldið í 1-2 mínútur á hvorri hlið og takið af hitanum. Endurtaktu þetta skref þar til öll eggjablandan hefur verið notuð (þú ættir að enda með um það bil 15 crepes). Setjið til hliðar til að kólna.

e) Skerið vorlauk í tvennt endilangt, þannig að þú endir með tvær þunnar ræmur. Blasaðu ræmurnar í sjóðandi vatni þar til þær eru mjúkar (u.þ.b. 1 mínúta), dýfðu síðan strax í kalt vatn til að stöðva eldunarferlið.

f) Þegar öll hráefnin eru kæld er kominn tími til að setja saman. Leggið eitt eggjakrem á sléttan flöt og setjið hæfilega kúlu af chirashi sushi hrísgrjónablöndunni í miðjuna. Færið hliðarnar á eggjakreminu upp svo þær myndi búnt ofan á hrísgrjónunum. Bindið saman með rönd af grænum lauk og skerið í burtu allt umfram. Berið svo fram og njótið.

17. Hamagarizushi

HRÁEFNI

- 10 Hamagari samloka (hreinsuð)
- 200 ml Sake
- 3 matskeiðar sojasósa
- 4 matskeiðar sykur
- 40 ml Mirin
- 700 grömm Nýsoðin hrísgrjón
- 40 ml edik
- 20 grömm sykur
- 2/3 tsk Salt

LEIÐBEININGAR

a) Nuddið samlokuskeljunum saman á meðan þær eru þvegnar undir rennandi vatni til að losna við slímuga bita.

b) Látið suðuna koma upp á pönnu og sjóðið síðan samlokurnar. Lokið með loki, gufið samlokurnar í um það bil 3-4 mínútur og takið síðan af pönnunni. Geymið vökvann á pönnunni til síðari notkunar.

c) Stingdu hníf í skeljarnar og opnaðu þær. Skerið kjötið varlega út án þess að skemma það.

d) Stilltu lögun kjötsins og notaðu hnífinn til að fiðriða kjötið frá fætinum.

e) Bætið afganginum af samlokusafanum úr skrefi 2 og "A" hráefninu á pönnu og sjóðið niður á lágum hita þar til þú færð þykka sósu.

f) Flyttu hrísgrjónin í "ohitsu" (tré hrísgrjónagám) með sameinuðu "B" innihaldsefnum. Blandið "B" hráefnunum saman við á meðan hrísgrjónunum er þeytt.

g) Berið edikblönduna (sjá Gagnlegar ábendingar) á hendurnar og mótið sushi-hrísgrjónin í nigiri sushi. Leggið samlokukjötið ofan á, snyrtiið formið og penslið sósuna yfir til að klára.

18. Nigirizushi

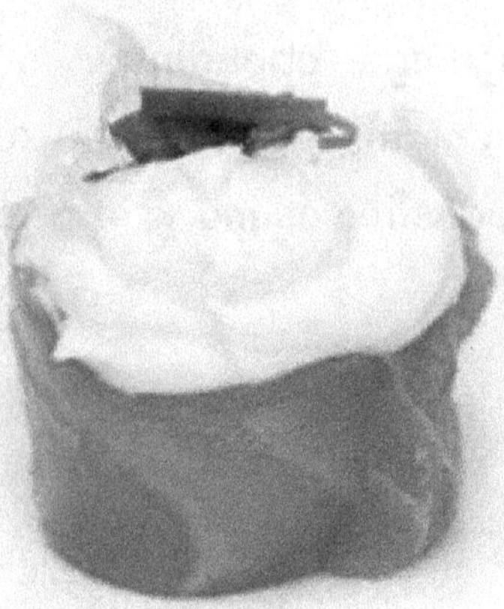

Hráefni

- 320 g sushi hrísgrjón
- 80ml sushi edik
- nori þang
- Nigiri sushi mót
- wasabi mauk
- sojasósa
- súrsuðum sushi engifer

ÁFLYTTIR

- ferskan hráan fisk eins og lax, túnfisk eða gulhala
- reyktan lax
- soðnar rækjur
- eldaður kolkrabbi eða smokkfiskur
- grillaður áll
- krabbastangir
- tamagoyaki eggjakaka í japönskum stíl
- avókadó
- shiitake sveppir

LEIÐBEININGAR

a) Áður en við gerum Nigiri sushi þurfum við að útbúa sushi hrísgrjónin sem verða notuð.

b) Ef þú vilt virkilega ekki eyða of miklum tíma í hrísgrjónagerð geturðu prófað örbylgjuofn hrísgrjónin okkar. Blandaðu bara 250 g soðnum hrísgrjónum saman við 1 matskeið af sushi hrísgrjónaediki.

c) Á meðan hrísgrjónin eru að eldast geturðu útbúið fisksneiðarnar, grænmetið eða annað álegg sem þú vilt nota.

d) Nú getum við búið til hrísgrjónabelgjana. Sushi meistarar skola venjulega hendur sínar í blöndu af vatni og sushi ediki sem heldur þeim hreinum og hjálpar til við að koma í veg fyrir að hrísgrjónin festist. Ef þú vilt auðvelda leiðina til að búa til fullkomna hrísgrjónabelgja í hvert skipti, reyndu þá að nota Nigiri sushi mót. Setjið hrísgrjónin jafnt inn í, þrýstið lokinu niður, snúið mótunum við og þrýstið hrísgrjónunum út.

e) Ef þér líkar við eldlegt bragðið af wasabi, bætið þá aðeins við neðanverðan álegg. Síðan, á meðan þú heldur höndum þínum rökum með vatni og sushi-ediki, þrýstu álegginu vel á sushi-hrísgrjónabelg. Sum HRÁEFNI eins og tamagoyaki eru venjulega með mjög þunnri ræmu af nori þangi til að koma í veg fyrir að áleggið detti af hrísgrjónabelgnum.

f) Hefðbundin leið til að bera fram sushi er með smá wasabi-mauki og sojasósurétti. Blandið smá wasabi saman við sojasósuna og dýfið síðan sushiinu í það áður en það er borðað.

19. <u>Gunkan maki</u>

HRÁEFNI

SUSHI RÍS

- Nori

ÁFLYTTIR

- Ferskar sashimi sneiðar, Wasabi
- Ikura (laxahrogn), Tobiko (fljúgandi fiskhrogn)
- Krabbakjöt, rækjur
- Teriyaki kjúklingur, Inari-zushi umbúðir
- Túnfiskur og majónes
- Hræra egg, soðið egg og majónes
- Avókadó, agúrka, maís

LEIÐBEININGAR

a) Elda Sushi hrísgrjón. Sushi hrísgrjón ættu að vera köld eða við stofuhita.

b) Útbúið álegg

c) Skerið Sushi Nori lak í 6 ræmur. Nori lak er venjulega 20 cm að lengd. Þegar þú klippir það í 6 ræmur væri hver ræma 3,3 cm á breidd. Skerið hverja ræmu þannig að hún verði 15-16 cm löng. Hægt er að nota afskurð í álegg eða aðra rétti.

d) Búðu til litlar ílangar Sushi hrísgrjónakúlur. Venjulega myndast um 20 g af hrísgrjónum í kúlu og það er frekar lítið. Flettu út eða holu toppinn.

e) Vefjið hverja kúlu með Nori ræmu með sléttu hliðinni út, setjið álegg ofan á.

20. Kaliforníu rúlla

HRÁEFNI

- 2 bollar sushi hrísgrjón (460 g), soðin
- $\frac{1}{4}$ bolli kryddað hrísgrjónaedik (60 ml)
- 4 hálf blöð sushi gæða nori
- 1 tsk sesamfræ, valfrjálst
- 8 stykki eftirlíkingu af krabba
- 1 lítil agúrka, skorin í eldspýtustangir
- 1 avókadó, þunnt sneið

LEIÐBEININGAR

a) Kryddið sushi hrísgrjónin með hrísgrjónaediki, blásið og hrærið þar til stofuhita.

b) Á rúllandi mottu skaltu setja eitt blað af nori með grófu hliðina upp.

c) Bleyta hendurnar og grípa handfylli af hrísgrjónum og setja á nori. Dreifið hrísgrjónunum jafnt yfir nori án þess að stappa hrísgrjónunum niður. Kryddið hrísgrjón með örlitlu af sesamfræjum, ef þið notið, snúið þeim svo við svo nori snúi upp.

d) Raðaðu krabbanum í lárétta röð 1 tommu (2,5 cm) frá botninum og síðan röð af avókadó og röð af agúrku.

e) Gríptu bæði nori og mottuna, rúllaðu mottunni yfir fyllinguna þannig að aukarýmið neðst snerti hina hliðina, kreistu niður til að gera fallega þétta rúlla. Kreistið niður á leiðinni til að rúllan haldi ekki lögun sinni.

f) Flyttu rúlluna yfir á skurðbretti. Nuddaðu hníf á rakt pappírshandklæði áður en rúllan er skorin í sex jafna hluta.

21. Rækju tempura rúlla

HRÁEFNI

- 1 1/2 bolli sushi hrísgrjón og 2 bollar vatn
- 1/4 bolli kryddað hrísgrjónaedik Marukan
- tempura deig
- 1 pund stór rækja afhýdd og afveguð
- 1 8 únsur. pakka eftirlíkingu af krabbastöngum
- 1 avókadó þroskað en ekki brúnt
- 1 ensk agúrka
- 4 oz. rjómaostur og 2 matskeiðar majónesi
- 5 blöð ristað nori þang
- svört og hvít sesamfræ
- bambus sushi motta
- maísolía til djúpsteikingar

LEIÐBEININGAR

a) Skolaðu hrísgrjónin um það bil 2-3 sinnum og settu þau í hrísgrjónapottinn. Eldið 1 1/2 bolla sushi hrísgrjón með 2 bollum af vatni. Þegar það er tilbúið skaltu flytja það yfir á stóra ofnplötu. Notaðu hrísgrjónaspaði varlega í gegnum hrísgrjónin. Skelltu hrísgrjónunum upp og snúðu þeim við. Dreifið hrísgrjónaediki jafnt í soðnu hrísgrjónin og haltu áfram að skera og ausa hrísgrjónin með hrísgrjónaspaðanum þar til þau kólna.

b) Á meðan hrísgrjónin eru að kólna skaltu búa til tempura samkvæmt pakka. Í stóra pönnu hellið olíu í 2 tommu dýpi. Dýfðu hverri rækju í tempura deigið og eldið rækjurnar við meðalháan hita. Passið að ofelda ekki rækjurnar. Steikið rækjurnar í lotum í 2-3 mínútur í hverri lotu.

c) Þegar rækjurnar eru tilbúnar er þær settar til hliðar.

d) Saxið eftirlíkingu af krabbi smátt og blandið honum saman við majónesi. Skerið avókadóið í sneiðar og skerið gúrkuna í þunna bita. Rjómaostinn kaupi ég í pakkaformi. Notaðu beittan hníf til að skera rjómaostinn í langar ræmur.

e) Næst skaltu skera hverja tempura rækju í tvennt þannig að þú hafir tvo eins bita.

f) Hyljið sushimottuna með plastfilmu og setjið eina lak af ristuðu nori í miðjuna. Drekktu hendurnar með vatni og gríptu handfylli af hrísgrjónum. Byrjið að dreifa hrísgrjónunum yfir nori, passið að þekja allt blaðið með þunnu lagi. Gættu þess að þrýsta ekki of hart á hrísgrjónin, annars endar þú með maukað óreiðu. Það hjálpar virkilega að bleyta hendurnar stöðugt aftur því hrísgrjónin geta verið mjög klístruð.

g) Þegar hrísgrjónunum hefur verið dreift jafnt, stráið smá sesamfræjum yfir og snúið nori við. Setjið um það bil 2 matskeiðar af eftirlíkingu af krabba, 2 gúrkusneiðar, 2 avókadósneiðar, 1 rjómaostiræma og 2 helminga af tempura rækju á miðju nori blaðsins.

h) Nú er þetta erfiði hlutinn. Meðan þú snúir framan á nori með sushi mottunni skaltu þjappa innri hráefninu aðeins saman. Haltu áfram að rúlla sushiinu með sushimottunni, passaðu að hafa rúlluna þétta.

i) Notaðu beittan blautan hníf og skerðu hverja sushi rúlla í 8 jafna bita.

22. Dreka rúlla

HRÁEFNI

- 8 stykki rækju tempura
- 2 matskeiðar Tobiko sósa
- 2 bollar af sushi hrísgrjónum
- 2 blöð af Nori
- 2 meðalstór avókadó, skorin í sneiðar
- 1 meðalstór gúrka
- Nokkrir dropar af sítrónu
- Fyrir álegg
- Kryddaður Mayo
- svört sesamfræ
- Unagi sósa

LEIÐBEININGAR

a) Sprautaðu smá sítrónusafa ofan á avókadóið til að koma í veg fyrir að það verði brúnt.

b) Til að koma í veg fyrir að hrísgrjónin festist á bambusmottunni skaltu hylja það með plastplötu.

c) Skerið Nori blaðið í tvennt og leggið það á mottuna. Þú getur annað hvort rifið það eða notað skæri bara vertu viss um að báðir hlutar séu jafnir og jafnir.

d) Bleyttu hendurnar með bolla af vatni eða ediki og byrjaðu að dreifa hrísgrjónunum ofan á Nori lakið. Þrýstu ekki of mikið á hrísgrjónin, annars myndu þau verða klístruð og missa alla loftkennd.

e) Snúið blaðinu varlega við þannig að hrísgrjónin snúi að bambusmottunni.

f) Setjið rækjutempúruna á Nori blaðið og setjið gúrkulengjur ofan á. Bættu Tobiko við á gagnstæða brún Nori.

g) Gríptu neðri brúnina og með hjálp bambusmottu byrjaðu að brjóta nori blaðið þétt yfir fyllinguna.

h) Skerið nokkra langa bita af avókadó og setjið það á rúlluna eins og drekavog.

i) Hyljið rúlluna aftur með plastplötu. Notaðu nú beittan hníf og skera 6 jafna bita eins jafnt og mögulegt er. Vertu mjög varkár svo þú brjótir ekki eða slípi ekki avókadósneiðarnar.

j) Áður en borið er fram skaltu setja kryddmajó, Tobikosósu og svört sesamfræ ofan á. Þú getur líka borið fram smá unagi sósu til hliðar ef þú vilt.

23. Caterpillar rúlla

HRÁEFNI

- 1/4 bolli sojasósa
- 1/4 bolli sake
- 1/4 bolli sykur
- 1 lota tilbúin sushi hrísgrjón
- 2 pakki sunagi (skera í 1/2 tommu ræmur)
- 2 avókadó (hálf, afhýdd, skorin og skorin í sneiðar)
- 1 heit húsagúrka (fræ fjarlægð með skeið og saxuð)
- 1 pakki ókryddað nori

LEIÐBEININGAR

a) Gerðu kabayaki sósuna með því að bæta sojasósunni, sake og sykri á litla pönnu og sjóða þar til mestur vökvinn hefur gufað upp og blandan er þykk og síróp.

b) Þú ætlar að rúlla Caterpillar rúllunni þinni með hrísgrjónunum að utan, svo þú þarft að hylja makisu (bambusmottu) með plastfilmu til að koma í veg fyrir að hrísgrjónin festist. Útbúið litla skál af vatni til að dýfa fingrunum í til að koma í veg fyrir að hrísgrjónin festist við þau.

c) Brjóttu noriinn þinn varlega í tvennt, ef noriinn er ferskur ætti hann auðveldlega að skipta sér í tvennt meðfram brotinu og búa til tvo 3,75 tommu x 8 tommu bita. Ef það klofnar ekki auðveldlega skaltu nota skæri til að skera nori í tvennt.

d) Leggðu eitt stykki af nori í átt að botni mottunnar. Bleytið fingurna létt með vatni og bætið svo litlu magni af hrísgrjónum út í nori.

e) Gakktu úr skugga um að fingurnir séu rakir og notaðu síðan fingurgómana til að dreifa hrísgrjónunum varlega út á brúnirnar á nori í þunnu, jöfnu lagi. Ekki nota of mikinn þrýsting, annars endarðu með því að mauka hrísgrjónakornin saman.

f) Snúið hrísgrjónunum og nóríinu við þannig að hrísgrjónin snúi niður og nóríið snúi upp. Settu nokkrar gúrkur meðfram neðri brún norisins, toppaðu síðan með unagi.

g) Settu þumalfingur undir bambusmottuna og notaðu síðan afganginn af fingrinum til að halda fyllingunni á sínum stað. Rúllaðu mottunni upp og yfir fyllinguna.

h) Þegar mottan er komin alla leið í kringum rúlluna þarftu að halda áfram að rúlla með annarri hendi á meðan þú notar hina til að lyfta mottunni úr vegi svo þú rúllir henni ekki inn í sushiið þitt.

i) Þegar Caterpillar rúllunni hefur verið rúllað að fullu skaltu knúsa allt með fingrunum. Þetta mun þjappa hrísgrjónunum saman sem mun koma í veg fyrir að þau falli í sundur þegar þú sneiðir þau.

j) Dreifið avókadósneiðunum yfir rúlluna og passið að hver þunn sneið af avókadó skarist þá næstu.

k) Vefjið rúllunni aftur með bambusmottunni og knúsaðu hana enn eitt knúsið.

l) Færðu tilbúna Caterpillar rúlluna yfir á skurðbretti og notaðu langan beittan hníf (helst sushi hníf) til að skera rúlluna í 8 bita. Byrjaðu að skera rúlluna í sneiðar með því að setja aftari brún hnífsins á rúlluna og draga hnífinn að þér, notaðu þyngd hnífsins til að sneiða í gegnum rúlluna.

24. Regnboga rúlla

HRÁEFNI :

- 2 bollar sushi hrísgrjón.
- 2-3 nori blöð
- lítill hluti af:
- Lax/túnfiskur/hafsbotn
- Avókadó
- Agúrka
- Grænn laukur (laukssprotar).
- regnboga

LEIÐBEININGAR

UNDIRBÚÐU ÁFLAÐIN

a) Gerðu þunnar, jafnar sneiðar af fisktegundunum þremur. Ráðlögð þykkt er 0,5 cm (um 1/4 tommu). Þú getur búið til langar og breiðar sneiðar og notað þær til að húða alla rúlluna - eða minni sneiðar til að húða aðeins toppinn á rúllunni.

UNDIRBÚA FYLLINGAR OG RÚLLING

b) Skerið gúrkuna í langa þunna staura. Hún á að vera eins þunn og þú getur, og eins löng og rúlla, eða hálf rúlla ef gúrkan er of lítil. Græna laukinn á að saxa í lauk eða þynnri.

c) Skerið nori í tvennt og hyljið það með hrísgrjónum. Snúðu nori fyrir I/O veltingu og leggðu fyllingarnar á nori. Notaðu eins mikið af fyllingum og þú vilt, svo lengi sem þú getur lokað sushi rúllunni.

ÁBLAÐI ÁLAGIÐ

d) Leggið sneiðarnar ofan á rúlluna þannig að hvert álegg taki 1/4 af rúllulengdinni.

e) Fyrir avókadóið - Notaðu grænmetisskrælara til að afhýða þunnar sneiðar af avókadóinu og leggðu þær beint á rúlluna til að hylja afganginn af því. Notaðu avókadóið strax eftir flögnun; það verður erfiðara að taka það upp eftir að þú hefur lagt hýðið niður!

f) Notaðu bambusrúllumottu sem er vafinn með Saran límbandi til að herða áleggina við rúlluna. Ýttu þétt í nokkrar sekúndur til að ná sem bestum árangri.

25. Philadelphia rúlla

HRÁEFNI

- 2 bollar sushi hrísgrjón (460 g)
- $\frac{1}{4}$ bolli kryddað hrísgrjónaedik (60 ml)
- 4 hálf blöð sushi gæða nori
- 4 únsur. reyktur lax (115 g)
- 4 únsur. rjómaostur (115 g), skorinn í eldspýtustangir
- 1 lítil agúrka, skorin í eldspýtustangir

LEIÐBEININGAR

a) Kryddið sushi hrísgrjónin með hrísgrjónaediki, blásið og hrærið þar til stofuhita.

b) Settu eitt blað af nori á rúllumottuna með grófu hliðina upp.

c) Bleyta hendurnar og grípa handfylli af hrísgrjónum og setja á nori. Dreifið hrísgrjónunum jafnt yfir nori án þess að brjóta hrísgrjónin niður.

d) Raða í lárétta röð 1 tommu (2 cm) frá botninum, reyktum laxi, rjómaosti og gúrku.

e) Gríptu bæði nori og mottuna, rúllaðu mottunni yfir fyllinguna þannig að aukarýmið neðst snerti hina hliðina, kreistu niður til að gera fallega þétta rúlla. Kreistið niður á leiðinni til að rúllan haldi ekki lögun sinni.

f) Flyttu rúlluna yfir á skurðbretti. Nuddaðu hníf á rakt pappírshandklæði áður en rúllan er skorin í sex jafna hluta.

26. Grænmetisrúlla

HRÁEFNI

FYRIR hrísgrjónin:

- 3 bollar stuttkorna japönsk hrísgrjón, skoluð
- 1/3 bolli hrísgrjónaedik
- 3 matskeiðar sykur
- Salt

FYRIR RÚLLURINN:

- 10 nori blöð (þurrkuð þang), helminguð
- Sesamfræ, til að strá yfir
- 1 agúrka
- 1 avókadó
- 1 plómutómatur, fræhreinsaður
- 1 lítill rauðlaukur
- 20 aspasspjót, snyrt og hvítleitt
- Wasabi-mauk, til að dreifa og bera fram
- 1 romaine salat hjarta
- Súrsalt engifer, til framreiðslu

LEIÐBEININGAR

a) Gerðu hrísgrjónin. Sameina hrísgrjónin og 3 1/4 bolla af vatni í hrísgrjónaeldavél og elda samkvæmt leiðbeiningum framleiðanda. Blandið edikinu saman við.

b) Blandið ediki, sykri og 1 tsk salti saman í potti við miðlungshita og hrærið til að leysa upp sykurinn. Flyttu soðnu hrísgrjónin í stóra tréskál (hefðbundið er trépott).

Dreypið fjórðungi af edikblöndunni yfir tréskeið eða spaða á hrísgrjónin. Brjótið hrísgrjónin varlega saman með skeiðinni til að kæla þau og brjóta upp allar kekkjur. Blandið því sem eftir er af edikblöndunni saman við og látið hrísgrjónin standa í 5 mínútur. Dreifið hrísgrjónunum.

c) Hyljið bambus sushi mottu með plastfilmu. Settu hálft nori blað með grófu hliðinni upp á mottuna. Vætið hendurnar og ausið handfylli af hrísgrjónum, örlítið stærri en sítrónu, ofan á nori. Ýttu á hrísgrjónin til að dreifa þeim jafnt upp að brúnum norisins, rakaðu fingurna á meðan þú ferð. Stráið sesamfræjum yfir.

d) Undirbúið grænmetið. Afhýðið gúrkuna og skerið í eldspýtustangir.

e) Skerið avókadó, tómata og rauðlauk í þunnar sneiðar; afhýðið hörðu endana af aspasnum. Bætið við fyllingunni. Snúðu nóríinu varlega yfir svo það sé með hrísgrjónahlið niður á mottuna með stutta endann að þér. Smyrjið smá wasabi-mauki í línu um það bil þriðjungi upp á nori-það er kryddað, svo notaðu það sparlega.

f) Raðið nokkrum bitum af salati, agúrku, avókadó, tómötum og lauk í þéttan bunka í neðri þriðjungi blaðsins.

g) Rúllaðu sushiinu. Rúllaðu sushiinu frá þér með höndunum og tíndu grænmetið inn á meðan þú ferð. Fjarlægðu mottuna undir rúllunni og settu hana ofan á. Þrýstu rúllunni inn í þéttan ferhyrndan stokk, notaðu mottuna til að hjálpa þér. Skerið rúlluna í sneiðar. Skerið sushi rúlluna í 4 til 6 bita.

Endurtaktu með afganginum af nori, hrísgrjónum og grænmeti. Berið fram með súrsuðu engifer og meira wasabi.

27. Blóma rúlla

HRÁEFNI

- 8 stykki túnfiskur; sushi bekk, sneið, þykkt miðað við val þitt
- 1/3 avókadó; sneið
- 4 stykki lax; sushi einkunn
- 1/4 bolli krabbi; Tilbúið krabbasalat eða eftirlíkingu af krabba
- 1 lak þang; nori, þurrkað, kryddað
- 1/3 bolli hrísgrjón; Sushi hrísgrjón, klístrað, kryddað með hrísgrjónaediki
- Bambus rúlla
- Saran hula; aðeins stærri en nori þangið þitt
- Hnífur; skarpur; ekki serted

LEIÐBEININGAR

a) Dreifðu hrísgrjónunum þínum á grófu hliðina á nori þanginu þínu. Hyljið aðeins 1/2 til 2/3 af blaðinu. Snúðu þanginu þínu yfir, hrísgrjónin snúa niður á bambusrúllu þína og saran umbúðir. Geymið þangið með 1/3 „engin hrísgrjón" hliðinni næst þér.

b) Leggðu niður avókadó, krabbakjöt, lax og annað þunnt sneið grænmeti að þínum óskum. Rúllaðu sushiinu þétt saman, búðu til hringlaga bita fyrst. Settu rauða túnfiskbitana þína ofan á rúlluna þína og mótaðu aftur með bambusmottunni þinni.

c) Þegar fiskurinn hefur verið festur efst á kringlóttum sushistokknum þínum geturðu byrjað að nota bambusmottuna til að búa til fleygulaga bita og klípa aðra hliðina á hringlaga brúninni í odd.

d) Skerið í 10 bita og þú ættir að geta búið til tvö 5-stykki kirsuberjablóm. Ef þú ert með nógu beittan hníf gætirðu skorið 12 bita. Ef þú átt ekki beittan hníf. Notaðu saran umbúðir til að hjálpa til við að skera sushi.

1.

28. Mangó rúlla

HRÁEFNI

- 1 þroskað mangó
- 4 tempura rækjur
- 1/4 Hass avókadó
- 2 bollar soðin og krydduð sushi hrísgrjón
- 2 nóri

LEIÐBEININGAR

a) Undirbúa tempura rækjur.
b) Skerið avókadó í langar ræmur.
c) Rúllaðu avókadóstrimlum og tempura rækjum með hrísgrjónum og nori með Uramaki stíl.
d) Notaðu mandólín, skrælara eða beittan hníf til að skera mangó í þunnar, langar sneiðar.
e) Hafið tvær plastfilmur (á stærð við rúllandi mottu) tilbúnar á flatt yfirborð.
f) Raðið mangó sneið á plastfilmu til að fylla rétthyrnd svæði sem er um það bil 7 "x 2".
g) Setjið sushi rúlla með innri út og inn beint ofan á mangó sneiðar.
h) Rúllaðu nú á meðan þú lyftir plastfilmu upp að hlífinni, þú rúlla ætti nú að hafa gott lag af mangóhlíf yfir allt.
i) Haltu plastinu á þar til það er skorið til að fá betra form, endurtakið fyrir næstu rúllu.
j) Þegar þú ert tilbúinn til að bera fram skaltu nota beittan hníf til að skera og rúllaðu síðan hvert stykki varlega úr plastfilmu.

k) Dreypið smá mangósósu yfir og berið fram strax.

29. Jumbo Spider rúlla

HRÁEFNI

- 1 pakki af stórum þangpappírsblöðum
- 2 bollar sushi hrísgrjón
- Salt
- Mjúkskeljakrabbi
- Sjálfhækkandi hveiti
- Matarolía
- Agúrka söxuð
- Romaine bréf - rifið
- Wasabi líma
- Súrsett engifer
- Sojasósa
- Sushi sósa

LEIÐBEININGAR

a) Byrjaðu á því að skola 2 bolla af sushi hrísgrjónum undir köldu vatni. Ég endurtek þetta X3. Næst skaltu elda hrísgrjón samkvæmt pakka með salti. Leggið til hliðar

b) Bætið mjúkri skel við hveiti og steikið í matarolíu þar til það er stökkt. Fjarlægðu fituna og tæmdu á pappírshandklæði. Leggið til hliðar.

c) Næst skaltu Julienne gúrka og rífa Romaine í stóra strimla. Taktu fram blað af þangpappír og smyrðu sushi hrísgrjónum alla leið með blautum höndum ... skildu eftir um 1/2 tommu án hrísgrjóna.

d) Bættu við rómantíkinni þinni, gúrkunni og að lokum mjúkskeljakrabbi nálægt toppinum á þangpappír. Og byrja að rúlla. Eftir að hafa rúllað, notaðu sushi motturnar til að móta rúlluna þétt en varlega sem stingur undir sig og þú mótar hana.

e) Fjarlægðu rúllumottuna og skerðu með formhníf... hnífurinn minn fylgdi settinu.

f) Dreypið sushi sósu yfir. Njóttu með wasabi og súrsuðu engifer og sojasósu.

30. Dínamít rúlla

HRÁEFNI

- sushi hrísgrjón
- þang
- majónesi
- kavíar/tobiko (fljúgandi fiskahrogn)
- eftirlíkingu af krabba
- teriyaki áll
- lax
- teriyaki sósu

LEIÐBEININGAR

a) Safnaðu saman hlutunum af listanum yfir innihaldsefni.
b) Settu saran umbúðir um sushi rúllandi mottu. Þetta kemur í veg fyrir að hrísgrjónin festist við mottuna.
c) Dýfðu höndum þínum í hreint vatn svo að höndin festist ekki við hrísgrjón eða önnur hráefni.
d) Settu stykki af þangi á mottuna. Settu síðan hrísgrjón ofan á þangið og dreifðu því varlega yfir þangið jafnt yfir.
e) Snúðu þanginu sem er hlaðið hrísgrjónum, svo ber hlið þangsins verði ofan á. Bætið afganginum af hráefninu á miðjan þangið, nema laxinn og majónesið. Gakktu úr skugga um að skilja eftir tobiko til síðari notkunar.
f) Rúllaðu upp hrísgrjónum, þangi og öllu sem í þeim er með mottunni. Notaðu bambusmottuna, þrýstu harðar til að tryggja að hún falli ekki í sundur.
g) Setjið langa og mjóa hjúp af majónesi ofan á sushi rúlluna.

h) Skerið þunna en samt langa sneið af laxi og setjið ofan á majónesið.

i) Bætið annarri hjúp af majónesi ofan á laxinn. Stráið smá tobiko yfir.

j) Ef laxinn er ekki eldaður skaltu setja hann í ofninn og láta hann standa þar til viðeigandi hita á laxinn hefur verið bætt við. Eða ef þú vilt það eins og það er skaltu byrja að skera og skammta og halda áfram í næsta skref.

k) Þegar rúllan er bökuð á æskilegum tíma, takið hana úr ofninum og skerið rúlluna í jafna bita og bætið smá teriyakisósu á rúllurnar ef vill. Fyrir utan það geturðu notið dýnamítrúllunnar.

31. Eldfjalla rúlla

Hráefni

FYRIR RÚLLURINN:

- 1 bolli soðin sushi hrísgrjón
- 1-2 tsk kryddað hrísgrjónaedik
- 2 nori þangblöð
- 4-6 grænar laukstönglar auk auka til að skreyta
- 1/4 ensk agúrka, afhýdd og skorin í sneiðar
- 2 Msk rjómaostur valfrjálst
- 1 matskeið af ristuðum sesamfræjum valfrjálst

Eldfjallaálegg

- 8 risarækjur (hráar, afþíðaðar og hreinsaðar/afvegaðar)
- 4 aura hrár lax
- 4 aura hráar hörpuskel eða sjávar hörpuskel

KRYDDI ELKSÓSA:

- 2/3 bolli gæðamajó
- 2 matskeiðar Sriracha
- þeytið saman og stillið krydd/hita eftir þörfum

LEIÐBEININGAR

a) Forhitaðu ofninn þinn eða brauðrist í 350 gráður F.
b) Eldið sushi hrísgrjónin og leyfið að standa, þakið í 10 mínútur. Færið yfir í skál og bætið krydduðu hrísgrjónaediki út í. Þeytið með gaffli og látið kólna.

c) Á meðan hrísgrjónin eldast finnst mér gott að byrja á sterku eldfjallaálegginu.
d) Saxið hráar rækjur, hörpuskel eða lax í litla bita og blandið eldfjallasósu út í.
e) Hellið blöndunni á meðalstóran ferning af álpappír og rúllið upp brúnirnar aðeins til að koma í veg fyrir að það leki.
f) Bakið í um það bil 15 mínútur eða þar til sjávarfangið er ógegnsætt og fulleldað. Ofntíminn getur verið svolítið breytilegur en það tekur ekki langan tíma. Þar sem það tekur rækjur aðeins lengri tíma að elda þá mæli ég með að steikja þær á helluborðinu þar til þær eru næstum fulleldaðar og klára þær svo í ofninum með sósunni. Algjör tímasparnaður!
g) Á meðan sjávarfangið bakast skaltu setja plastfilmu á bambusmottu og toppa með blað af nori.
h) Skerið gúrku í þunnar strimla (mér finnst gott að fjarlægja fræin úr miðjunni áður en hún er skorin í sneiðar), rúllið rjómaostinum í tvær þunnar ræmur og saxið endana af grænlauknum.
i) Notaðu skeið eða annað áhöld, dreifðu hrísgrjónum þunnt á þangplötuna og settu síðan agúrkuna, rjómaost og græna laukinn í þrjár þéttar raðir við enda þangferningsins, ofan á hrísgrjónin.
j) Rúllaðu, skerðu og stráðu sesamfræjum yfir!
k) Núna ætti eldfjallaáleggið þitt að vera tilbúið.

32. <u>Alaskan rúlla</u>

4 skammtar

HRÁEFNI

FYRIR RÚLLURINN:

- 1 (8 aura) pakki rjómaostur, mildaður
- ½ tsk laukduft
- ½ tsk kosher salt
- 4 blöð nori
- ½ gúrka, rakuð þunn
- 12 únsur. lox, skipt

FYRIR SRIRACHA AIOLI:

- 3 matskeiðar Classic Aioli
- 2 tsk Sriracha sósa

LEIÐBEININGAR :

a) Notaðu handþeytara í litilli skál til að blanda saman rjómaostinum, laukduftinu og salti.
b) Leggðu blað af nori á sushimottu eða smjörpappír. Settu það lárétt, 1 tommu frá brúninni næst þér, með 2 aura af rjómaostablöndunni, 2 stykki af rakaðri agúrku og 3 aura af lox. Rúllaðu upp sushi, notaðu mottuna eða smjörpappír til að leiðbeina þér og tryggðu að mottan eða smjörpappírinn rúlla ekki upp inni í sushi rúllunni. Endurtaktu með afganginum AF HRÁEFNINU , gerðu alls 4 rúllur. Leggið sushi rúllurnar til hliðar.
c) Í litilli skál, þeytið saman aioli og Sriracha.

d) Skerið hverja sushi rúlla í 8 bita og berið fram með Sriracha aioli. Geymið sushi rúllurnar og aioli í aðskildum loftþéttum umbúðum í kæli í allt að 4 daga.

33. Aspas rúlla

HRÁEFNI

- Nokkur spjót af aspas
- Sesamolía
- Sojasósa
- Elduð sushi hrísgrjón
- Nori eða soja sushi umbúðir
- Reyktur lax
- Grískur rjómaostur
- Sriracha sósa
- Saxaður grænn laukur
- Svart sesamfræ

LEIÐBEININGAR

a) Hitið ofninn í 400 F. Setjið aspasspjótin á lítinn bökunarplötu, dreypið um teskeið af sesamolíu yfir þau og hrærið varlega til að húða spjótin með léttri olíu. Dreypið smá sojasósu yfir aspasinn. Bakið aspasinn í um 10 - 15 mínútur eða þar til spjótin eru stökk meyr.

b) Þegar aspasinn er tilbúinn, leggið blað af nori, með glansandi hlið niður, á bambus eða sílikon bökunarmottu. Hyljið nori með sushi hrísgrjónum, hyljið nori alveg. Dýfðu fingrunum í vatni til að koma í veg fyrir að hrísgrjónin festist. Þrýstu hrísgrjónunum niður á nori til að mynda þunnt lag.

c) Bleytaðu fingurna aftur og notaðu vatnið til að bleyta hrísgrjónin aðeins ofan á. Stráið sesamfræjum yfir og snúið svo noriinu við svo nori sé ofan á.

d) Gerðu rönd af fyllingum um 1/3 af leiðinni niður á nori blaðið. Rönd af reyktum laxi, rönd af aspas, nokkrar eldspýtugulrætur, svo örlítill skvetta af sriracha og rjómaosti. Stráið röndinni yfir grænum lauk.

e) Þar sem þetta er „innan við" rúlla má nota aðeins meiri fyllingu en sushi með nori að innan.

f) Rúllaðu sushiinu upp með því að brjóta mottuna og nori/hrísgrjónablaðið yfir áleggið og þrýsta niður og í átt að þér, rúllaðu síðan rólega restinni af rúllunni, þrýstu til að mynda fallegan sívalning.

g) Notaðu mjög beittan, blautan hníf til að skera sushiið í 1/2 - 3/4 tommu þykkar sneiðar. Endurtaktu eins og þú vilt. Berið fram með wasabi, súrsuðu engifer og auka sriracha, fyrir þá sem vilja heitt.

34. Boston rúlla

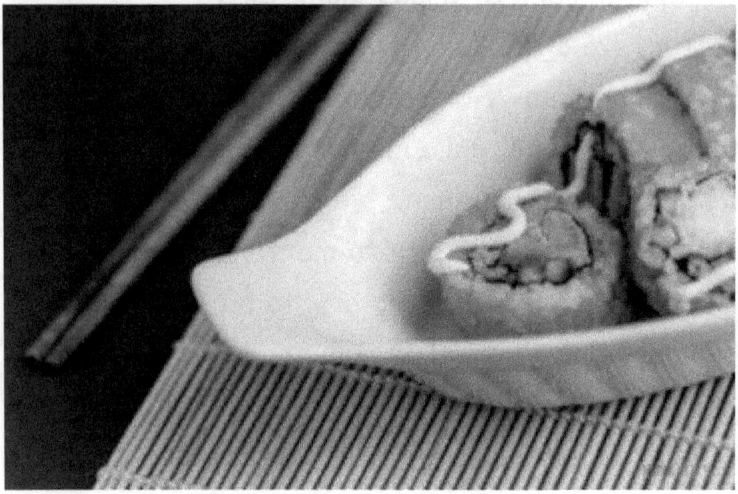

HRÁEFNI

FYRIR SUSHI hrísgrjón

- 1 bolli sushi hrísgrjón stuttkorna sushi hrísgrjón
- 1 bolli vatn
- 1 ½ msk sushi edik (valfrjálst) eða blandið 1 msk hrísgrjónaediki, 1/2 msk sykri og 1/2 tsk salti
- Fyrir Boston Sushi
- 3-6 matskeiðar tobiko (eða masago)
- 6 únsur. rækju
- 1/2 agúrka skorin í ½ tommu ræmur
- 2 blöð nori þang
- 2 avókadó þroskuð en samt þétt
- Valfrjálst fyrir framreiðslu:
- sojasósa
- wasabi mauk

LEIÐBEININGAR

a) Eldið Sushi hrísgrjón: Þvoið hrísgrjónin og bætið þeim í hrísgrjónapottinn ásamt vatni. Þegar búið er að elda skaltu flytja það yfir í stóra skál og láta það kólna aðeins. Þegar það er enn mjög heitt skaltu hræra sushi edikinu (eða blöndunni af hrísgrjónaediki, sykri og salti) út í og blanda vel saman.

b) Poach rækjur: Látið suðu koma upp í pott af vatni og stráið síðan klípu af salti yfir. Bætið rækjum út í, hyljið pottinn og takið af hitanum. Látið standa þar til rækjurnar eru soðnar í gegn, um 3-5 mínútur. Flyttu soðnar rækjur í skál af ísvatni til að stöðva eldunarferlið. Tæmið, afhýðið rækjurnar og fjarlægið hala.

c) Búðu til Boston Sushi Roll: Leggðu bambusmottuna út með plastfilmu ofan á (þetta auðveldar hreinsunina og kemur í veg fyrir að hrísgrjón festist við bambusið).
d) Brjótið nori blöðin í tvennt og kljúfið þau með skærum.
e) Setjið helminginn af nori í átt að botni mottunnar.
f) Setjið helminginn af nori lakinu ofan á bambusmottuna.
g) Bleyttu hendurnar létt og taktu um 3/4 bolla af soðnum hrísgrjónum. Dreifið hrísgrjónunum varlega út á brúnirnar í þunnu jöfnu lagi. Ekki nota of mikinn þrýsting, annars endarðu með grjónaríkt hrísgrjón.
h) Dreifið hrísgrjónum ofan á nori lakið.
i) Snúið hrísgrjónunum og nóríinu við þannig að hrísgrjónin séu á botninum og nóríið snúi upp.
j) Setjið rækjur, avókadó og gúrku ofan á nori. Gakktu úr skugga um að þú bætir ekki við of mikilli fyllingu eða rúllan þín lokar ekki almennilega.
k) Bætið soðnum rækjum, avókadó og gúrku ofan á nori lakið.
l) Settu þumalfingur undir bambusmottuna og lyftu brúninni upp og yfir fyllinguna.
m) Rúllaðu bambusmottunni frá þér og beittu smá þrýstingi til að herða hana upp. Haltu áfram að rúlla þar til endar hittast.
n) Fjarlægðu bambusmottuna og dreifðu tobiko ofan á rúlluna.
o) Bætir tobiko á sushi rúlluna.
p) Setjið plastfilmu ofan á og hyljið með sushimottunni. Kreistu varlega til að þrýsta tobikoinu í kringum rúlluna.
q) Að setja plastfilmu ofan á tobiko.
r) Fjarlægðu bambusmottuna á meðan þú geymir plastfilmuna. Skerið rúlluna í 8 hæfilega bita. Fjarlægðu plastfilmuna af hverju stykki. Berið fram og njótið!

35. **Stökk rúlla**

Fyrir 2 skammta

HRÁEFNI

- 2 bollar vatn (480 ml)
- 1 tsk kosher salt, auk meira eftir smekk
- 1 bolli sushi hrísgrjón (200 g), skoluð þar til vatnið rennur út
- 1 matskeið sykur
- ¼ bolli hrísgrjónaedik (60 ml)
- 1 matskeið canola olía
- ⅓ bolli panko brauðrasp (15 g)
- ½ tsk pipar, auk meira eftir smekk
- ¼ bolli majónesi (60 g)
- 1 matskeið sriracha
- 16 únsur. krabbi (455 g), 2 dósir, tæmd
- 1 persísk agúrka, þunnt skorin
- 4 radísur, þunnar sneiðar
- 2 matskeiðar nori, þunnar sneiðar
- 1 búnt af rauðlauk, þunnt sneið á hlutdrægni
- 1 matskeið sesamfræ
- 2 matskeiðar súrsað engifer
- 1 avókadó, skorið í teninga

LEIÐBEININGAR

a) Kryddið vatnið með smá salti í litlum potti. Látið suðu koma upp við háan hita. Bætið skoluðu hrísgrjónunum út í og suðu aftur upp. Lokið, lækkið hitann til að krauma og eldið í 20 mínútur, þar til vatnið hefur frásogast og hrísgrjónin eru mjúk.

b) Hrærið saman sykri, salti og hrísgrjónaediki í lítilli skál. Örbylgjuofn í 2 mínútur, eða þar til sykurinn leysist upp.
c) Færið soðnu hrísgrjónin yfir í meðalstóra skál og hellið edikiblöndunni yfir og hrærið síðan vel með tréskeið.
d) Hitið rapsolíuna á meðalstórri pönnu við meðalháan hita. Þegar olían byrjar að glitra, bætið panko út í og eldið, hrærið oft, þar til hún er gullinbrún, 1-2 mínútur. Kryddið með salti og pipar og takið af hellunni.
e) Hrærið majónesinu og Sriracha saman í lítilli skál þar til það er slétt.
f) Til að setja skálarnar saman skaltu skipta krydduðu hrísgrjónunum á milli 2 skammtaskála. Toppið með krabbanum, stökkum panko, agúrku, radísu, nori, lauk, sesamfræjum, sýrðum engifer og avókadó. Dreypið Sriracha majónesi yfir toppinn.
g) Njóttu!

36. Hawaii rúlla

HRÁEFNI

- 1 pakki af Cauldron Sweet Ginger Organic Tofu, tæmd
- 1 avókadó, skorið langsum
- ¼ ananas, skorinn langsum
- 1 rauður chili, fræhreinsaður
- 1-2 vorlaukar
- 1 gulrót, skorin mjög þunnt
- 2 matskeiðar þurrkuð kókoshneta
- 4 blöð af nori þangi

FYRIR **hrísgrjónin:**

- 250 g sushi hrísgrjón, skoluð í köldu vatni
- 2 matskeiðar hrísgrjónavínsedik
- 1 tsk flórsykur

FYRIR MANGO SALSA:

- ½ mangó, skorið í teninga
- 1 vorlaukur, fínt skorinn
- 1 rauður chili, fræhreinsaður og fínt skorinn
- 1 msk söxuð mynta/kóríander
- ½ lime, safi

FYRIR **ídýfasósunni:**

- Ketill sæt engifer tofu marinade
- 2 matskeiðar yuzu safi
- 1 tsk sojasósa

LEIÐBEININGAR

a) Bætið hrísgrjónum í pott með köldu vatni og hrærið þar til vatnið verður skýjað. Tæmið og endurtakið 3-5 sinnum þar til vatnið er tært, látið liggja í bleyti í 30 mínútur.

b) Hitið pönnu á miðlungshita og penslið tofu, ananas og avókadó með olíu og steikið síðan í 5 mínútur á hvorri hlið eða þar til það er brúnt, setjið til hliðar.

c) Ristið kókoshnetuna á þurri pönnu við miðlungshita þar til hún er gullin, setjið til hliðar.

d) Hellið af hrísgrjónum og bætið við 390 ml af fersku vatni og setjið lok á, látið suðuna koma upp við háan hita, passið að fjarlægja ekki lokið.

e) Lækkið hitann og látið malla í 15 mínútur, takið síðan af hitanum og látið gufa í 15 mínútur, látið lokið vera á sínum stað.

f) Á meðan saxið mangó, chili, vorlauk, kryddjurtir smátt og bætið í lime safa og setjið til hliðar.

g) Hrærið tofu marinade, yuzu safa og sojasósu saman við og setjið til hliðar.

h) Blandið saman hrísgrjónavínediki og sykri og hrærið síðan varlega í gegnum soðin hrísgrjón með tréspaði/skeið.

i) Hyljið bambus sushi mottuna með matfilmu, blautið síðan hendurnar og filmið með rökum klút og þrýstið hrísgrjónum ofan á í 1 cm þykkan ferhyrning. Settu nori lak yfir og mótaðu hrísgrjón þannig að þau passi undir, tryggðu að minnsta kosti 2 cm af hrísgrjónum fyrir ofan nori í efstu brúninni.

j) Geymið eitthvað fyrir álegg, leggið tófú, ananas, avókadó, chili, vorlauk og gulrætur lárétt 2 cm frá neðri brún nori.

k) Lyftið neðri brún mottunnar með þumalfingri og þrýstið á fyllinguna með fingrum, rúllið neðri brúninni upp og yfir fyllinguna til að tryggja að plastfilman og mottan sé ekki föst inn.

l) Rúllaðu sushi til að herða, fjarlægðu síðan filmuna og settu afganginn af tofu, avókadó og ananas ofan á áður en það er skorið varlega í sneiðar með beittum blautum hníf og berið fram með ristuðu kókoshnetu, mangósalsa og dýfingarsósu

37. Las Vegas rúlla

HRÁEFNI

- 1 jalapenó pipar
- 1/4 Hass avókadó
- 4 únsur. ferskur lax
- 2 nori blöð
- 1 - 1 1/2 bolli krydduð sushi hrísgrjón
- 2 matskeiðar Kewpie mayo
- 1 bolli tempura deig og olía til steikingar

LEIÐBEININGAR

a) Þvoið, hreinsið og skerið jalapeno pipar í tvennt eftir lengdinni til að fjarlægja öll fræ (undir rennandi vatni til að forðast heitan).
b) Skerið jalapenó í þunnar langar ræmur.
c) Skerið avókadó í langar þunnar ræmur.
d) Skerið laxinn í langar stangir
e) Undirbúið kalda japanska tempura deigið.
f) Húðaðu og steiktu jalapeno, settu síðan til hliðar.

ROLLING SUSHI

g) Sjáðu nákvæma leiðbeiningar með myndbandi um rúllandi maki sushi eða einfaldlega settu, bara settu hvert nori lak á bambusmottu yfir flatt yfirborð.
h) Notaðu um 2/3 af hverri nori lak og 1/2 til 3/4 bolla af sushi hrísgrjónum fyrir hverja rúlla. Brjóttu bara nori blaðið í þeirri lengd sem þú vilt og rífðu það af.
i) Dreifið sushi hrísgrjónum jafnt á nori yfirborðið.
j) Raðið öllum fyllingum: tempura jalapeno, laxi, avókadó og dreypið smá Kewpie mayo yfir. Mundu að fara létt á mayo og skilja eftir 1/2 tommu frá í báðum endum. Með því að gera þetta kemur í veg fyrir að mayo leki út þegar þú rúllar.

k) Lyftu, hyldu, haltu, ýttu á og rúllaðu þeim í burtu.
l) Að lokum, dýptu hverja rúllu í tempura deig og djúpsteiktu á heitri olíu í 1-3 mínútur eða þar til þú vilt stökka.
m) Látið þær liggja á smjörpappír til að leka af umframolíu áður en þær eru skornar í hæfilega stóra bita.

38. **Lion King Roll**

HRÁEFNI

- 8 oz lax
- 5 matskeiðar Spicy Mayo
- 1 msk Kewpie Mayo
- 2 matskeiðar Unagi sósa
- 2 matskeiðar tobiko/masago fiskishrogn
- 2 matskeiðar rauðlaukur - saxað
- 2 blöð nori
- 1/4 meðalstórt avókadó
- 1/2 lítill/unga agúrka
- 2 -4 stykki kani/surimi eða 4 oz. soðið krabbakjöt
- 1 bolli soðin og krydduð sushi hrísgrjón
- 1-2 matskeiðar edik til að bleyta höndina
- Súrsett engifer sem skraut

LEIÐBEININGAR

SNIÐUR

a) Avókadó - sneið eftir lengdinni
b) Agúrka – fjarlægið fræ, skerið þunnt eftir endilöngu
c) Skál - Saxið smátt
d) Lax - sneið í þunnar sneiðar í 45 gráðu halla (ef mögulegt er)
e) Nori – brjóta saman og rífa/klippa ef þú vilt smærri rúlla
f) Krabbi – rifið í þunna langa ræma og blandið saman við 1 msk majónesi

RULL

g) Byrjaðu á því að vefja bambusrúllumottunni með plastfilmu.

h) Undirbúið litla skál sem fyllt er með 2 matskeiðum af ediki og vatni svo hægt sé að bleyta höndina með til að forðast klístur.

i) Settu nori, með sléttri hlið niður, á þakið bambusmottu.

j) Bleyttu höndina með ediklausninni og tíndu síðan nokkrar hrísgrjónakúlur á nori.

k) Hnoðið varlega og dreifið hrísgrjónunum yfir allt nori yfirborðið, ekki mylja.

l) Dreifið hrísgrjónunum

m) Snúðu nori á hvolf (þ.e. hrísgrjónahúðuð hlið snýr nú niður á móti plastinu).

n) Snúðu nori á hvolf

o) Strjúktu skeið af mayo-krabbanum á nori eftir endilöngu þess, bætið síðan gúrku og avókadó við.

p) Bætið við majó-krabba, gúrku og avókadó

q) Rúllaðu nú með rúllumottunni, þetta mun gera kryddaða Kaliforníu rúlla.

SUSHI RÚLLING

r) Raðið laxi sashimi á California rúlluna þannig að þeir nái alla lengdina.

s) Rúllaðu plastfilmunni varlega til að móta þær á sinn stað.

t) Leggið lax ofan á og rúllið

BAKAÐI

u) Forhitið ofninn í 400F
v) Með plastið enn á skaltu nota beittan hníf til að skera rúllurnar þínar í jafna bita.
w) Skerið rúlluna
x) Taktu hvern bita varlega upp og raðaðu þeim á tilbúið álpappír, með laxahliðinni upp.
y) Taktu upp og settu í filmu
z) Blandið saman krydduðu majó, unagi sósu og 1 msk tobiko.
aa) Hellið nægilega sterkri majó og unagi sósu til að hylja rúlluna.
bb) Kryddmjó og unagi sósa til að hylja rúlluna
cc) Brjótið álpappírinn 4 hliðar upp í kringum rúlluna til að forðast að sósan leki út.
dd) Steikið/bakið í um það bil 5 mínútur og hellið svo afganginum af sósunni.
ee) Bakið í 3 mínútur í viðbót þar til majónið byrjar að freyða aftur.
ff) Toppið með smá tobiko, rauðlauk og berið fram strax með skraut.

39. Humarrúlla

HRÁEFNI

- 1/2 bolli Langostine Tails (við notum frosið)
- 1 blað sojapappír (3×7 tommur)
- 1 msk loðnuhrogn (Masago)
- 1/4 agúrka
- 1/4 avókadó
- 2 matskeiðar Kewpie Mayo

LEIÐBEININGAR

a) Ef það er frosið skaltu þíða Langostine hala og kreista út umfram vatn. Saxið Langostine hala lauslega í 1/4 x 1/4 tommu teninga og setjið í litla blöndunarskál.

b) Skerið gúrku í tvennt sem gefur þér tvo hringlaga helminga. Taktu einn helming og klipptu hann langar leiðir. Skerið nú gúrku í sneiðar og búið til fjóra prik úr hverjum helmingi eins og sýnt er hér að neðan.

c) Afhýðið avókadó og skerið í langar sneiðar.

d) Í litlu blöndunarskálinni sem inniheldur Langostine-halana, bætið Kewpie Mayo, Loðnuhrognum saman við og blandið vel saman.

e) Fylltu litla skál með vatni. Þú munt nota það til að innsigla rúlluna.

f) Taktu sojapappír og settu hann lárétt. Setjið Langostine halablönduna þvert yfir miðjuna og síðan gúrkuna og avókadóið og passið að fylla ekki of mikið eða rúllan lokist ekki.

g) Dýfðu fingrinum í litlu vatnsskálina og blautu yfir lengstu brúnina frá þér.

h) Til að rúlla skaltu grípa í brún sojapappírsins sem er næst þér, halda fyllingunum á sínum stað með fingrunum, rúlla því í þéttan strokk.

i) Skerið humarrúllu í sex hluta með beittum hníf og diskið. Njóttu með sojasósu og wasabi.

40. Oshinko rúlla

HRÁEFNI

- 2 bollar ósoðin hrísgrjón
- 1,9 bollar vatn
- 1-stykki Kombu Kelp
- 4 matskeiðar hrísgrjónaedik
- 2 matskeiðar sykur
- 2 tsk sjávarsalt
- 5 Nori þangblöð skorin í tvennt
- 1/4 Oshinko súrsað Daikon
- 2 matskeiðar vatn eða hrísgrjónaedik

LEIÐBEININGAR

a) Þvoið ósoðin hrísgrjón og tæmdu þvottavatnið alveg.

b) Settu þvegin hrísgrjónin í hrísgrjónahellu með vatninu og kombu þarastykkinu

c) Eldið hrísgrjónin í samræmi við hrísgrjónavélina þína.

d) Blandið öllu sushi edikinu saman OG látið sykurinn og saltið leysast alveg upp á meðan hrísgrjónin eru soðin.

e) Þegar hrísgrjónin eru soðin skaltu fjarlægja Kombu þarann og setja hrísgrjónin í stóra blöndunarskál eða Hangiri trépott (ef þú hefur) og blandað saman við sushi edik.

f) Skiptið sushi hrísgrjónunum 80 g (1/2 bolli) hvert og setjið til hliðar þakið eldhúsklút svo að hrísgrjónin þorni ekki.

g) Skerið lengri hlið nori þangsplötunnar í tvennt.

h) Ristið nori þangplötuna með því að færa lakið yfir meðalloga til að gera það stökkara.

i) Skerið Oshinko súrsaða daikon um 0,2 tommu (5 mm) fermetra prik sem passa sömu lengd og langa brún nori blaðanna.
j) Settu nori lakið á bambus sushi rúllandi mottu.
k) Dreifið 1/2 bolla af sushi hrísgrjónunum sem áður var skipt yfir nori þangið jafnt og skilið eftir 0,6 tommu (1,5 cm) efst á nori þanginu.
l) Setjið oshinko súrsaða daikon á miðju sushi hrísgrjónanna.
m) Bleytið ytri brún nori blaðsins með sushi-ediki með fingurgómnum.
n) Settu fingurna á oshinko súrsuðu daikonið, lyftu brúnum bambus sushi rúllunarmottunnar með þumalfingri og vísifingri og færðu aðra brúnina á nori lakinu og sushi hrísgrjónunum yfir til að mæta hinum brúninni á sushi hrísgrjónunum.
o) Þrýstu bambus sushi rúllumottunni þétt yfir sushi rúlluna með höndunum.
p) Endurtaktu ferlið hér að ofan fyrir restina af innihaldsefnunum.
q) Skerið hverja rúllu í sjötta hluta með beittum hníf. Hreinsaðu hnífinn með vel vættum eldhúsklút á milli hverrar skurðar.
r) Berið fram með sushi engifer, wasabi og lítilli skál af sojasósu.

41. **Yellowtail rúlla**

HRÁEFNI

- $1\frac{1}{2}$ bolli sushi hrísgrjón, soðin og
- 3,3 únsur. sashimi bekk gulhala
- 1 lak nori (þang)
- 3 matskeiðar grænn laukur/laukur
- sojasósa
- wasabi
- súrsuðum rauðum engifer (beni shoga eða kizami beni shoga)
- Tezu (edikað handdýfa vatn):
- 2 tsk hrísgrjónaedik
- $\frac{1}{4}$ bolli vatn

LEIÐBEININGAR

a) Skerið gulhalann í 1/4 tommu teninga og skerið í smærri bita.

b) Leggðu blað af nori, með glansandi hlið niður, á plasthúðuðu bambusmottuna. Bleytið fingurna í tezu og dreifið 3/4 bolla af hrísgrjónunum jafnt yfir á nori blaðið.

c) Setjið helminginn af söxuðum yellowtail neðst á nori lakinu.

d) Klæðið brún nori laksins neðst á bambusmottunni. Gríptu neðri brún bambusmottunnar meðan þú heldur fyllingunum á sínum stað með fingrunum, rúllaðu í þéttan strokk. Lyftu brún bambusmottunnar og haltu áfram að rúlla henni áfram á meðan þú heldur léttum þrýstingi á mottuna.

e) Skerið rúlluna í tvennt með mjög beittum hníf og skerið síðan hvern helming í 3-4 hluta. Hreinsaðu hnífinn með rökum klút á nokkurra sneiða fresti. Berið sushiið fram með súrsuðu engifer, wasabi og sojasósu.

42. Vegan dínamítrúllur

Afrakstur: 4 rúllur

HRÁEFNI

FYRIR SUSHI hrísgrjónin

- 1 bolli sushi hrísgrjón
- 1 bolli vatn
- 1 tsk hrísgrjónaedik
- 1 tsk sykur
- 1/2 tsk salt

FYRIR KONG OYSTER SVEPPINN

- 2 bollar hægeldaðir kóngasveppir lagðir í bleyti í volgu vatni í um 20 mínútur
- 1/2 bolli vatn, þeytt með 1 msk Ener-G
- 1 bolli maíssterkju, auk meira ef þarf
- nóg af canola-, grænmetis- eða vínberjaolíu

FYRIR DYNAMÍT SÓSU

- 1/2 bolli vegan majó
- 1 msk sriracha, eftir smekk

AÐ SAMSETJA

- 4 ristað nori blöð
- 4 matskeiðar svört sesamfræ (valfrjálst)
- 1 avókadó, skorið í sneiðar
- saxaður laukur, til að skreyta

LEIÐBEININGAR

a) Til að búa til sushi hrísgrjónin skaltu setja hrísgrjónin og vatnið í hrísgrjónahellu og elda samkvæmt leiðbeiningum framleiðanda. Þegar það er tilbúið skaltu krydda með hrísgrjónaediki, sykri og salti og setja til hliðar til að kólna.

b) Til að búa til sveppina skaltu setja nokkra tommu af olíu í lítinn, þungan hollenskan ofn eða steypujárnpott yfir miðlungs háum hita. Það mun taka allt frá 5-7 mínútur fyrir olían að vera tilbúin. Á meðan þú bíður skaltu henda fjórðungi af söxuðu sveppunum í Ener-G blönduna og henda til húðunar.

c) Hristu af þér umfram raka, settu síðan í maíssterkjuna og kastaðu varlega með höndunum.

d) Prófaðu að olían sé tilbúin með því að henda í klípu af maíssterkju. Ef það snarkar strax ertu tilbúinn að steikja. Hristið umfram maíssterkju af sveppunum og látið þá varlega ofan í olíuna með því að nota skúffu og steikið þar til þeir eru gullinbrúnir, ekki lengur en í 3 mínútur. Flyttu steiktu sveppunum yfir í pappírshandklæði til að renna af á meðan þú endurtekur ferlið í lotum með restinni af sveppunum.

e) Til að setja rúllurnar saman, skiptið kældu hrísgrjónunum í 4 hluta. Renndu sushimottu í stóran Ziploc poka eða hlífðu með plastfilmu. Settu eitt blað af nori, með glansandi hlið niður, á mottuna. Vættið fingurna með vatni til að koma í veg fyrir að hrísgrjón festist við þau, dreifið síðan hrísgrjónunum jafnt yfir nori blaðið og skilið eftir um það bil tommu óvarið efst. Stráið einni matskeið af sesamfræjunum yfir ef vill.

f) Skiptið steiktu sveppunum í 4 hluta. Dreifið einum skammti með dínamítsósunni þar til hún er jafnhúðuð. Með óvarinn endann frá þér, myndaðu þunna línu af sumum sveppunum meðfram hliðinni næst þér, bætið við nokkrum sneiðum af avókadó. Rúllaðu sushiinu frá þér og gríptu þétt en varlega um mottuna.

g) Þegar það hefur verið rúllað skaltu innsigla endann með vatni eða bæta nokkrum hrísgrjónkornum við endann til að hjálpa til við að innsigla. Skerið nú sushiið í tvennt með mjög beittum hníf (ég renn blaðinu undir sjóðandi vatni til að fá hreinni skurð), síðan hvern helming í tvennt, þá helminginn í tvennt til að gera 8 stykki. Setjið á disk, setjið afganginn af sveppum yfir.

h) Endurtaktu þetta ferli til að búa til 4 rúllur. Endið með söxuðum lauk og auka sriracha, ef vill.

43. Avókadó gúrka sushi rúlla

Þjónar: 4

HRÁEFNI

SUSHI RÍS

- 1 bolli stuttkorna hýðishrísgrjón, skoluð vel
- 2 bollar vatn
- 2 matskeiðar hrísgrjónaedik
- 1 matskeið sykur
- 1 tsk sjávarsalt

FYRIR RÚLLURINN:

- 1 gúrka, skorin í langa strimla
- 1 þroskað mangó, skorið í lóðréttar strimla
- 1 avókadó, skorið í sneiðar
- ⅓ bolli örgrænmeti, valfrjálst
- 2 matskeiðar sesamfræ, valfrjálst
- 4 nori blöð
- tamari eða ponzu sósu

LEIÐBEININGAR

a) Gerðu sushi hrísgrjónin: Blandaðu saman hrísgrjónum, vatni og ólífuolíu í meðalstórum potti og láttu suðuna koma upp. Lokið, lækkið hitann og látið malla í 45 mínútur. Takið hrísgrjónin af hitanum og látið sitja, þakið, í 10 mínútur í viðbót. Þeytið með gaffli og blandið hrísgrjónaediki, sykri og salti saman við. Lokið þar til það er tilbúið til notkunar.

b) Settu saman sushi rúllurnar: Settu litla skál af vatni og eldhúshandklæði nálægt vinnusvæðinu þar sem hendurnar verða klístraðar. Settu eina nori lak, með gljáandi hliðinni niður, á bambusmottu og þrýstu handfylli af hrísgrjónum á neðri tvo þriðju hluta blaðsins. Neðst á hrísgrjónunum settu áleggið þitt (sjá mynd). Ekki fylla of mikið eða það verður erfiðara að rúlla. Notaðu bambusmottuna til að troða og rúlla nori. Þegar það hefur verið rúllað skaltu nota bambusmottuna til að þrýsta varlega á og móta rúlluna. Setjið rúlluna til hliðar, klippt hlið niður. Endurtaktu með rúllunum sem eftir eru.

c) Notaðu beittan matreiðsluhníf til að skera sushiið. Þurrkaðu hnífinn hreinan með röku handklæði á milli skurða.

d) Berið fram strax með tamari eða ponzu sósu og kókoshnetusósu, ef notað er.

44. Shiitake sveppirúlla

HRÁEFNI

- 1 bolli sushi hrísgrjón
- 2 bollar vatn
- 1 msk hrísgrjón edik
- 1 msk sykur
- 1/2 matskeið salt
- 5-7 stórir þurrkaðir shiitake sveppir, lagðir í bleyti í mjög heitu vatni í 30 mínútur til klukkustund
- 1 1/2 tsk Ener-G, þeytt með 5 msk vatni
- 1 bolli maíssterkja (geymd í frysti nokkrum klukkustundum fyrir steikingu)
- jurtaolíu
- 2 nori blöð
- 1-2 matskeiðar sriracha, blandað saman við 1-2 matskeiðar Vegenaise
- mulin rauð paprika, súrsuðu engifer og sojasósa, til að bera fram

LEIÐBEININGAR

a) Leggið hrísgrjónin í bleyti í miklu köldu vatni í um það bil 30 mínútur. Skolaðu vandlega undir fersku köldu vatni og settu í hrísgrjónahellu með 2 bollum af vatni.

b) Þegar hrísgrjónin eru tilbúin skaltu setja hrísgrjónaedik, sykur og salt í stóra glerskál og setja í örbylgjuofn í 10-15 sekúndur. Settu soðnu hrísgrjónin yfir í glerskálina og hrærðu vel. Leggið til hliðar.

c) Hitið nokkra tommu af olíu í litlum potti yfir miðlungs háan hita. Tæmið og afstíflað sveppunum og skerið í strimla. Þegar olían er tilbúin (prófaðu með því að sleppa klípu af maíssterkju í olíuna—ef hún loftbólar strax, ertu tilbúinn að steikja), dýfðu nokkrum af sveppasneiðunum í Ener-G blönduna og settu síðan hluta af maíssterkju. Steikið í 1-2 mínútur og setjið á nokkur handklæði til að renna af.

d) Settu nori lak (glansandi niður) á sushimottu. Notaðu sushi spaða, dreifðu jöfnu lagi af hrísgrjónum yfir blaðið. Notaðu fingurna til að dreifa hrísgrjónunum jafnt, notaðu litla skál af vatni nálægt til að koma í veg fyrir að hrísgrjónin festist við fingurna.

e) Setjið helminginn af sveppunum á stysta enda nori blaðsins. Dreypið því magni af sriracha-Vegenaise blöndunni sem óskað er eftir og rúllið henni hægt og varlega upp og haldið því þéttu eins og hægt er. Skerið rúlluna í tvennt með mjög beittum hníf og endurtakið þar til það eru átta rúllur.

f) Berið fram með súrsuðu engifer og sojasósu.

45. Kryddaður „túnfisk"-fylling sushi

Hráefni

FYRIR „TUNFA" BASIN

- 1/2 c. sólblómafræ, lögð í bleyti í 1-2 klukkustundir, tæmd og skoluð

FYRIR SÓSUNA

- 1/2 c. kasjúhnetur, lagðar í bleyti í 1-2 klukkustundir, tæmdar og skolaðar
- 1/4 c. sítrónusafi
- 1/2 nori lak, í sundur
- 1 msk Dijon sinnep
- 1 msk Sriracha sósa
- 1/2 jalapenó, fræhreinsað
- 1/2 tsk laukduft
- 1/4 tsk sjávarsalt
- 1/4 c. vatn

LEIÐBEININGAR

1. Í matvinnsluvél, malaðu sólblómafræin á púls nokkrum sinnum þar til þau eru jafnt hakkað. Leggið til hliðar.
2. Setjið allt fyrir sósuna í hraðblöndunartæki nema vatnið. Blanda. Bætið vatninu hægt út í þar til sósan kemur alveg slétt út. Bragð fyrir bragð. Ef þú vilt hafa það kryddara skaltu bæta við meira Sriracha. Ef það þarf salt, bætið þá við o.s.frv.

3. Blandið sósunni saman við sólblómafræblönduna þar til hún er alveg innifalin.

46. Gulrótarlox og avókadó sushi

HRÁEFNI

FYRIR SUSHI hrísgrjónin

- 1 bolli sushi hrísgrjón
- 1 bolli vatn
- 1 tsk hrísgrjónaedik
- 1 tsk sykur
- 1/2 tsk salt

FYRIR FYLLINGU

- 1 bolli tilbúið gulrótarlox
- 1 msk vegan majó
- 1 matskeiðar til 1 teskeiðar sriracha
- ½ avókadó, skorið í sneiðar
- 4 ristað nori blöð

LEIÐBEININGAR

1. Til að búa til sushi hrísgrjónin skaltu setja hrísgrjónin og vatnið í hrísgrjónahellu og elda samkvæmt leiðbeiningum framleiðanda. Þegar það er tilbúið skaltu krydda með hrísgrjónaediki, sykri og salti og setja til hliðar til að kólna.
2. Til að búa til fyllinguna skaltu sameina tilbúna vegan loxið með vegan mayo og sriracha.
3. Til að setja rúllurnar saman, skiptið kældu hrísgrjónunum í 4 hluta. Renndu sushimottu í stóran Ziploc poka eða hlífðu með plastfilmu. Settu eitt blað af nori, með glansandi hlið niður, á mottuna. Vættið fingurna með vatni til að koma í veg fyrir að

hrísgrjón festist við þau, dreifið síðan hrísgrjónunum jafnt yfir nori blaðið og skilið eftir um það bil tommu óvarið efst.

4. Skiptið loxinu í 4 hluta. Með óvarinn endann frá þér skaltu mynda þunna línu af loxinu meðfram hliðinni næst þér og bæta við nokkrum sneiðum af avókadó. Rúllaðu sushiinu frá þér og gríptu þétt en varlega um mottuna. Þegar það hefur verið rúllað skaltu innsigla endann með vatni eða bæta nokkrum hrísgrjónkornum við endann til að hjálpa til við að innsigla. Skerið nú sushiið í tvennt með mjög beittum hníf (ég renn blaðinu undir sjóðandi vatni til að fá hreinni skurð), síðan hvern helming í tvennt, þá helminginn í tvennt til að gera 8 stykki.
5. Settu á disk, endurtaktu ferlið til að búa til 4 rúllur. Berið fram með sojasósu, wasabi og súrsuðu engifer ef vill.

47. Brún hrísgrjón grænmetisrúlla

HRÁEFNI

- 1 1/2 bolli brún basmati hrísgrjón
- 1 matskeið hrísgrjónaedik
- 4 nori blöð
- 1 skorinn í strimla agúrka ensk
- 1 1/2 matskeið sesamfræ
- 3 1/2 bolli vatn
- 1 matskeið hunang
- 3/4 g avókadó
- 8 g salatblað
- 1 bolli gulrót

LEIÐBEININGAR

1. Til að byrja að útbúa þessa ljúffengu uppskrift, skolaðu hrísgrjónin vandlega og láttu sjóða á lágum loga í 30 til 45 mínútur eða þar til vatnið hverfur. Gefðu soðnu hrísgrjónunum 10 mínútur í hvíld.
2. Á meðan skaltu hræra hrísgrjónaediki og hunangi saman í meðalstórri blöndunarskál. Færið soðnu hrísgrjónin (skref 1) yfir í þessa blöndu og þeytið ríkulega þar til hrísgrjónakornin eru vel húðuð.
3. Til að útbúa rúllurnar eða sushiið, taktu nori lak og dreifðu soðnu hrísgrjónunum jafnt yfir á lakið. Setjið 2 blöð af salati og síðan avókadó, gulrætur og agúrka í hrísgrjónin. Stráið nokkrum ristuðum sesamfræjum yfir. Rúllaðu nú blaðinu mjög varlega í rúllu og vertu viss um að allt hráefnið

sé rétt inn í. Haltu áfram að rúlla til loka. Endurtaktu ferlið til að undirbúa aðrar rúllur.

4. Notaðu nú hníf til að skera svo mynduðu rúllurnar í æskilega stærð og bera fram með uppáhalds sósunum þínum og súrum gúrkum.

48. Vegan hörpuskeljarúlla

HRÁEFNI

- 3/4 bolli sushi hrísgrjón, lögð í bleyti í 30 mínútur í köldu vatni
- 1 1/2 bollar vatn
- 1 msk hrísgrjón edik
- 1 msk sykur
- 1/2 matskeið salt
- nóg af olíu til að steikja
- 4 beinir, meðalstórir kóngssveppastilkar
- 1 1/2 tsk Ener-G, þeytt með vatni
- 1/2 bolli maíssterkju
- 1/4 bolli panko brauðrasp
- 4 ristað nori blöð
- sesamfræ
- 4 matskeiðar Vegenaise blandað með sriracha
- sojasósa
- vegan kavíar
- ertasprotar eða spíra

LEIÐBEININGAR

a) Eftir að hrísgrjónin hafa legið í bleyti í 30 mínútur skaltu skola vandlega undir fersku köldu vatni og setja í hrísgrjónahellu með 1 1/2 bolla af vatni. Þegar hrísgrjónin eru tilbúin skaltu setja hrísgrjónaedik, sykur og salt í stóra glerskál og setja í örbylgjuofn í 10-15 sekúndur. Settu soðnu hrísgrjónin yfir í glerskálina og hrærðu vel. Leggið til hliðar.

b) Hitið olíuna í litlum potti við meðalháan hita. Eftir 7 mínútur skaltu henda klípu af maíssterkju í það. Ef það snarkar strax ertu tilbúinn að steikja.

c) Setjið sveppastönglana í Ener-G/vatnsblönduna, rúllið þeim síðan í panko/maíssterkjublönduna þar til þeir eru vel húðaðir. Smelltu á umfram allt. Steikið hvern bita fyrir sig í um 2 mínútur og setjið á pappírsþurrkur til að renna af og kólna.

d) Rúllaðu sushiinu þínu með skeið af sriracha-Vegenaise dressingunni í beinni línu við hliðina á sveppunum. Berið fram með sojasósu og skreytið með vegan kavíar og ertusotum eða spírum, ef vill.

49. Stökk enoki sveppirúlla

Afrakstur: 4 rúllur

HRÁEFNI

FYRIR SUSHI hrísgrjónin

- 1 bolli sushi hrísgrjón
- 1 bolli vatn
- 1 tsk hrísgrjónaedik
- 1 tsk sykur
- 1/2 tsk salt

FYRIR ENOKI SVEPPINA

- 7 aura búnt af enoki sveppum, skipt í 8 hluta
- 1 bolli vatn
- 2 matskeiðar Ener-G
- 1 bolli maíssterkju, auk meira ef þarf
- nóg af canola-, grænmetis- eða vínberjaolíu

AÐ SETJA SAMSETNING

- 4 ristað nori blöð
- 4 matskeiðar hvít sesamfræ (má sleppa)
- 4 matskeiðar vegan majó

- 4 matskeiðar sriracha
- 8 shiso lauf
- 1 msk svört sesamfræ, til að skreyta

LEIÐBEININGAR

1. Til að búa til sushi hrísgrjónin skaltu setja hrísgrjónin og vatnið í hrísgrjónahellu og elda samkvæmt leiðbeiningum framleiðanda. Þegar það er tilbúið skaltu krydda með hrísgrjónaediki, sykri og salti og setja til hliðar til að kólna.
2. Til að búa til sveppina skaltu setja nokkra tommu af olíu í lítinn, þungan hollenskan ofn eða steypujárnpott yfir miðlungs háum hita.
3. Á meðan þú bíður, þeytið vatnið og Ener-G saman í lítilli, grunnri skál, hendið síðan tveimur af enoki bitunum í blönduna og blandið til að hjúpa. Hristu af þér umfram raka, settu síðan í maíssterkjuna og kastaðu varlega með höndunum.
4. Prófaðu að olían sé tilbúin með því að henda í klípu af maíssterkju. Ef það snarkar strax ertu tilbúinn að steikja. Hristið umfram maíssterkju af sveppunum (Sjá mynd 1 hér að ofan) og lækkið þá varlega ofan í olíuna með því að nota skúffu og steikið í um 3 mínútur, snúið öðru hverju í olíuna.

5. Færið steiktu sveppina yfir á pappírshandklæði og stráið strax smá salti yfir og leyfið að renna af á meðan þið endurtakið ferlið í lotum með restinni af sveppunum.

6. Til að setja rúllurnar saman, skiptið kældu hrísgrjónunum í 4 hluta. Renndu sushimottu í stóran Ziploc poka eða hlífðu með plastfilmu. Settu eitt blað af nori, með glansandi hlið niður, á mottuna. Vættið fingurna með vatni til að koma í veg fyrir að hrísgrjón festist við þau, dreifið síðan hrísgrjónunum jafnt yfir nori blaðið og skilið eftir um það bil tommu óvarið efst. Stráið einni matskeið af sesamfræjunum yfir ef vill.

7. Blandið sriracha og mayo saman við. Settu eina matskeið af sósunni í línu þvert yfir hrísgrjónin á endanum næst þér. (Sjá mynd 2 hér að ofan.) Settu shiso lauf á hvorn enda rúllunnar.

8. Skerið harða botninn af í lok sveppsins, setjið svo 2 enoki bita í lokin sem skarast yfir shisho laufið. (Sjá mynd 3 hér að ofan.) Rúllaðu sushiinu frá þér, taktu þétt en varlega um mottuna.

9. Þegar það hefur verið rúllað skaltu innsigla endann með vatni eða bæta nokkrum hrísgrjónkornum við endann til að hjálpa til við að innsigla. Skerið nú sushiið í tvennt með mjög beittum hníf (ég renn blaðinu undir sjóðandi vatni til að fá hreinni skurð), síðan hvern helming í tvennt, þá helminginn í tvennt til að gera 8 stykki.

10. Endurtaktu ferlið til að búa til 4 rúllur. Setjið á disk, dreifið yfir smá auka sriracha-mayo og svörtum sesamfræjum, ef vill.

50. Gull og silfur Sushi skálar

HRÁEFNI

- 1½ bollar (300 g) tilbúin hefðbundin sushi hrísgrjón
- 2 tilbúnir tempura mjúkskeljakrabbar eða kókoshnetuskeljakrabbar
- 4 únsur. (125 g) ferskt tilapia eða annað hvítfiskflök, skorið í þunnar sneiðar
- ½ ensk agúrka eða japönsk agúrka skorin í 4 tommu (10 cm) eldspýtustangir
- 2 hrúgalegar matskeiðar loðnuhrogn (masago) eða flugfiskhrogn (tobiko)
- 2 tsk hakkað grænn laukur, aðeins grænir hlutar
- Daikon radish spíra (kaiware) eða brokkolí spíra, til skrauts

LEIÐBEININGAR

1. Undirbúið Sushi hrísgrjónin og tempura eða kókoshnetukrabbana.
2. Safnaðu saman 2 litlum skálum. Bleytið fingurgómana áður en ¾ bolli (150 g) af Sushi hrísgrjónum er bætt í hverja skál. Fletjið varlega út yfirborð hrísgrjónanna í hverri skál. Settu einn tilbúinn mjúkskeljakrabba yfir hverja skál. Skiptið ferskum tilapia strimlum og gúrkuspýtunum á milli skálanna. Hellið 1 hrúgaðri matskeið af loðnunni eða flugufiskhrognum á hverja skál. Bætið 1 tsk haug af söxuðum grænum lauk í hverja skál.
3. Berið sushi skálarnar fram með Ponzu sósu.

51. Appelsínugult Sushi bollar

HRÁEFNI

- 1 bolli (200 g) tilbúin hefðbundin sushi hrísgrjón
- 2 frælausar nafla appelsínur
- 2 teskeiðar tíndar plómumauk
- 2 tsk ristað sesamfræ
- 4 stór shiso (perilla) lauf eða basilíkulauf
- 4 tsk hakkað grænn laukur, aðeins grænir hlutar
- 4 eftirlíkingar af krabbastöngum, fótastíll
- Eitt 4 x 7 tommu (10 x 18 cm) blað af nori

LEIÐBEININGAR

a) Undirbúið Sushi hrísgrjónin.

b) Skerið appelsínurnar í tvennt þversum. Fjarlægðu örlítið sneið af botni hvers helmings þannig að hver og einn leggist flatt á skurðbrettið. Notaðu skeið til að fjarlægja innmatið úr hverjum helmingi. Geymið alla safa, deig og hluta til annarra nota eins og Ponzu sósu.

c) Dýfðu fingurgómunum í vatni og settu um það bil 2 matskeiðar af tilbúnum Sushi hrísgrjónum í hverja appelsínuskál. (Til skiptis, notaðu tré- eða plastskeið dýfða í vatni til að bæta hrísgrjónunum í skálarnar.) Smyrðu $\frac{1}{2}$ teskeið af súrsuðu plómumaukinu yfir hrísgrjónin. Bætið öðrum 2 matskeiðum af hrísgrjónum í hverja skálina. Stráið $\frac{1}{2}$ teskeið af ristuðu sesamfræjunum yfir hrísgrjónin.

d) Stingdu eitt shiso (perilla) blað í hornið á hverri skál. Settu 1 tsk af grænlauknum fyrir framan shiso laufin í hverri skál. Taktu eftirlíkingu af krabbastangunum og nuddaðu þeim á milli lófanna til að tæta eða notaðu hníf til að skera þá í strimla. Hrafðu krabba að verðmæti eins stafs ofan á hverja skál.

e) Til að bera fram, skerið noriið í eldspýtustokka með hníf. Toppið hverja skál með nokkrum af nori-rifunum. Berið fram með sojasósu, ef vill.

52. Sesam Túnfisk Sushi Skál

HRÁEFNI

- $\frac{3}{4}$ bolli (150 g) tilbúin hefðbundin sushi hrísgrjón
- Handfylli af spíralskornum daikon radish
- 6 únsur. (200 g) Tuna Tataki, skorið í $\frac{1}{4}$ tommu (6 mm) sneiðar
- $\frac{1}{2}$ lime, til skrauts

LEIÐBEININGAR

1. Undirbúið Sushi hrísgrjón og túnfisk Tataki.
2. Bleytið fingurgómana áður en sushi hrísgrjónin eru sett í litla framreiðsluskál. Fletjið yfirborð hrísgrjónanna varlega út.
3. Settu rifið daikon í bakhlið skálarinnar. Raðið túnfisksneiðunum ofan á skálina og stingið nokkrum upp að daikoninu. (Ef þú notar Spicy Tuna Mix skaltu einfaldlega setja blönduna í miðju skálarinnar.) Skerið lime í þunnar sneiðar og notaðu sneiðarnar til að fylla í tómt rými.
4. Berið fram með Ponzu sósu.
5. Þrýstið tilbúnum sushi hrísgrjónunum varlega ofan í skálina. Ekki pakka hrísgrjónunum.
6. Settu hauginn af daikon í efri vinstri hlið skálarinnar. Ef þess er óskað, stingdu jurtarkvisti ofan á daikonið til að skreyta.
7. Raðið túnfisktataki sneiðunum í tvær línur; einn þvert yfir botn skálarinnar og hinn niður í miðjuna. Fylltu í alla tóma staði með limebátum eða öðru skreyti.

53. Hrærið Sushi skál

HRÁEFNI

- $1\frac{1}{2}$ bollar (300 g) Hefðbundin Sushi hrísgrjón eða brún Sushi hrísgrjón
- 4 stór smjörsalatblöð
- $\frac{1}{2}$ bolli (100 g) ristaðar jarðhnetur, gróft saxaðar
- 4 tsk hakkað grænn laukur, aðeins grænir hlutar
- 4 stórir shiitake sveppir, þurrkaðir, stilkar fjarlægðir og þunnar sneiðar
- Krydduð Tofu blanda
- $\frac{1}{2}$ gulrót, spíralskorin eða rifin

LEIÐBEININGAR

a) Undirbúið sushi hrísgrjón og kryddað tofu blöndu.
b) Raðið smjörsalatblöðunum á framreiðslubakka. Hrærið saman tilbúnum Sushi hrísgrjónum, ristuðum hnetum, söxuðum grænum lauk og shiitake sveppasneiðum í meðalstórri skál.
c) Skiptið blönduðu hrísgrjónunum á milli "skálanna". Pakkið hrísgrjónunum varlega í salatskálina.
d) Skiptið krydduðu tófúblöndunni á milli kálskálanna. Toppið hvern með nokkrum af gulrótarsnúningunum eða rifnum. Berið steiktu skálarnar fram með sætu sojasírópi, ef vill.

54. Sushiskál með eggjum, ostum og grænum baunum

HRÁEFNI

- 1½ bollar (300 g) tilbúin hefðbundin sushi hrísgrjón
- 10 grænar baunir, hvítaðar og skornar í ½ tommu (1,25 cm) lengd
- 1 japönsk eggjakaka lak, skorin í strimla
- 4 matskeiðar geitaostur, mulinn
- 2 tsk hakkað grænn laukur, aðeins grænir hlutar

LEIÐBEININGAR

1. Undirbúið Sushi hrísgrjón og japanska eggjaköku lakið.
2. Safnaðu saman 2 litlum skálum. Bleytið fingurgómana áður en ¾ bolli (150 g) af Sushi hrísgrjónum er bætt í hverja skál. Fletjið varlega út yfirborð hrísgrjónanna í hverri skál. Skiptið grænu baununum, eggstrimunum og geitaostinum á milli skálanna tveggja í aðlaðandi mynstri.
3. Til að bera fram, stráið 1 teskeið af grænlauknum á hverja skál.

55. Hörpuskel og aspas Sushi skál

HRÁEFNI

- 1 bolli (200 g) tilbúin hefðbundin sushi hrísgrjón
- 1 hrúga matskeið laxahrogn (ikura)
- 2 ferskar hörpuskel, hrærðar og skornar í þunnar sneiðar
- 4 kirsuberjatómatar, skornir í fjórða
- 1 japönsk eggjakaka lak
- 4 aspasspjót, þeytt og skorið í $\frac{1}{4}$ tommu (6 mm) lengdir
- 3 lime sneiðar, til skrauts

LEIÐBEININGAR

a) Undirbúið Sushi hrísgrjón og japanska eggjaköku lakið. Bleytið fingurgómana áður en Sushi hrísgrjónunum er bætt í litla framreiðsluskál. Fletjið yfirborð hrísgrjónanna varlega út. Raðið álegginu í aðlaðandi mynstur ofan á skálinni.

b) Setjið lime-sneiðarnar yfir áleggið til skrauts. Berið fram með Ponzu sósu

56. Kryddaður humar sushi skál

HRÁEFNI

- $1\frac{1}{2}$ bollar (300 g) tilbúin hefðbundin sushi hrísgrjón
- 1 tsk fínt rifin fersk engiferrót
- Ein 8 oz. (250 g) gufusoðinn humarhali, skel fjarlægð og skorin í medalíur
- 1 kíví ávöxtur, afhýddur og skorinn í þunnar sneiðar
- 2 tsk hakkað grænn laukur, aðeins grænir hlutar
- Handfylli spíralskorinn daikon radísa
- 2 ferskir kóríandergreinar (kóríander ræmur)
- 2 matskeiðar Drekasafi eða meira eftir smekk

LEIÐBEININGAR

1. Undirbúið Sushi hrísgrjón og drekasafa.
2. Bleytið fingurgómana áður en Sushi hrísgrjónunum er skipt á milli tveggja lítilla framreiðsluskála. Fletjið varlega út yfirborð hrísgrjónanna í hverri skál. Notaðu skeið til að dreifa $\frac{1}{2}$ tsk af rifnu fersku engiferrótinni yfir hrísgrjónin í hverri skál.
3. Skiptið humarmedalíunum og kiwi ávöxtunum í tvennt. Skiptu um helming humarsneiðanna með helmingnum af kiwi-sneiðunum yfir hrísgrjónum í einni skál og skildu eftir lítið pláss. Endurtaktu mynstrið í hinni skálinni. Hrúga 1 teskeið af hakkað grænum lauk nálægt framan hverri skál. Skiptið spíralskornu daikon radísunni á milli skálanna tveggja og fyllið tómt rýmið.

4. Til að bera fram skaltu styðja einn ferskan kóríandergrein fyrir framan daikon radísuna í hverri skál. Setjið 1 matskeið af drekasafa yfir humarinn og kiwi ávextina í hverri skál.

57. Skinku og ferskja sushi skál

HRÁEFNI

- 2 bollar tilbúnir (400 g) Hefðbundin Sushi hrísgrjón
- 1 stór ferskja, fræhreinsuð og skorin í 12 báta
- $\frac{1}{2}$ bolli (125 ml) Sushi hrísgrjóndressing
- $\frac{1}{2}$ tsk hvítlauks chili sósa
- Skvettu af dökkri sesamolíu
- 4 únsur. (125 g) prosciutto, skorið í þunnar strimla
- 1 búnt karsa, þykkir stilkar fjarlægðir

LEIÐBEININGAR

a) Undirbúið Sushi hrísgrjónin og auka Sushi hrísgrjón dressinguna.

b) Settu ferskjubátana í meðalstóra skál. Bætið við Sushi hrísgrjónasósunni, hvítlauks chilisósunni og dökku sesamolíunni. Hellið ferskjunum vel út í marineringuna áður en þær eru settar yfir. Látið ferskjurnar stífna við stofuhita í marineringunni í að minnsta kosti 30 mínútur og allt að 1 klst.

c) Safnaðu saman 4 litlum framreiðsluskálum. Bleytið fingurgómana áður en þú setur $\frac{1}{2}$ bolli (100 g) af tilbúnum Sushi hrísgrjónum í hverja skál. Fletjið yfirborð hrísgrjónanna varlega út.

d) Skiptið álegginu jafnt í aðlaðandi mynstur ofan á hverri skál og leyfið 3 ferskjusneiðum í hverjum skammti.

e) Berið fram með gaffli og sojasósu til að dýfa í ef vill.

58. <u>Grilluð Short Ribs Sushi Bowl</u>

HRÁEFNI

- 2 bollar (400 g) Hefðbundin Sushi hrísgrjón
- 1 pund (500 g) beinlaus svínarifin
- 2 matskeiðar hrásykur eða ljós púðursykur
- 1 matskeið hrísgrjónaedik
- 2 matskeiðar matarolía
- 2 tsk sojasósa
- ½ tsk hakkaður hvítlaukur
- 2 matskeiðar saxað kristallað engifer
- ½ avókadó, afhýtt, fræhreinsað og skorið í þunnar sneiðar
- ¼ ensk agúrka (japansk agúrka), fræhreinsuð og skorin í eldspýtustangir
- ¼ bolli (60 g) þurrkað mangó, skorið í þunnar strimla

LEIÐBEININGAR

a) Undirbúið Sushi hrísgrjónin.

b) Nuddið stutt rifin með sykrinum. Blandið saman hrísgrjónaediki, matarolíu, sojasósu og söxuðum hvítlauk í meðalstórri skál. Settu rifin í skálina og snúðu þeim nokkrum sinnum til að hjúpa. Lokið þeim og leyfið þeim að marinerast í 30 mínútur.

c) Hitaðu grillið þitt í 500°F (260°C). Setjið stutt rifin á grillpönnu eða plötubakka. Steikið í um það bil 5 mínútur á hvorri hlið. Takið stutt rifin af bakkanum og leyfið þeim að kólna.

d) Skerið stutt rifin í ½ tommu (1,25 cm) bita. (Ef stutt rifin eru með bein, þá viltu fjarlægja kjötið af beinum.)

e) Safnaðu saman 4 litlum framreiðsluskálum. Bleytið fingurgómana áður en þú setur $\frac{1}{2}$ bolla (100 g) af sushi hrísgrjónunum í hverja skál. Fletjið yfirborð hrísgrjónanna varlega út. Stráið $\frac{1}{2}$ matskeið af söxuðu kristallaða engiferinu yfir hrísgrjónin.

f) Skiptið stuttu rifunum á milli 4 skálanna. Raðið $\frac{1}{4}$ af avókadósneiðunum, gúrkustöngunum og mangóstrimunum í aðlaðandi mynstur yfir hrísgrjónaskálina. Berið fram með sætu sojasírópi, ef vill.

59. Dynamite hörpuskel sushi skál

HRÁEFNI

- 2 bollar (400 g) tilbúin hefðbundin sushi hrísgrjón
- 2 tsk hakkað grænn laukur, aðeins grænir hlutar
- ¼ ensk agúrka (japönsk agúrka), fræhreinsuð og skorin í litla teninga
- 2 eftirlíkingar krabbastangir, fótleggur, rifnar
- 8 únsur. (250 g) ferskur hörpuskel, hrærður, soðinn og haldið heitum
- 4 hrúgafullar matskeiðar Kryddmajónes eða meira eftir smekk
- 2 tsk ristað sesamfræ

LEIÐBEININGAR

a) Undirbúið Sushi hrísgrjón og kryddað majónes.

b) Safnaðu 4 martini glösum. Setjið ½ teskeið af söxuðum grænum lauk í botninn á hverju glasi. Setjið Sushi hrísgrjónin og hægelduð agúrka í litla skál. Blandið vel saman. Bleytið fingurgómana áður en hrísgrjónum og gúrkublöndunni er skipt á milli hvers glass. Fletjið yfirborð hrísgrjónanna varlega út.

c) Skiptið rifnum krabbastöngunum á milli glösanna. Bætið ¼ af heitum hörpuskel í hvert glas. Setjið hrúgafulla matskeið af kryddmajónesi yfir innihald hvers glass. Notaðu kyndil til að brenna kryddmajónesið þar til það er freyðandi, um það bil 15 sekúndur. Stráið ½ teskeið af ristuðu sesamfræjunum yfir hvert glas áður en það er borið fram.

60. Ratatouille Sushi skál

HRÁEFNI

- 2 bollar (400 g) tilbúin hefðbundin sushi hrísgrjón
- 4 stórir tómatar
- 1 matskeið hakkað grænn laukur, aðeins grænir hlutar
- ½ lítið japanskt eggaldin, ristað og skorið í litla teninga
- 4 matskeiðar steiktur laukur
- 2 matskeiðar sesamnúðludressing

LEIÐBEININGAR

a) Undirbúið Sushi hrísgrjón og sesam núðlu dressing.
b) Látið suðu koma upp í miðlungs pott af vatni við háan hita. Bætið tómötunum út í og sjóðið þá í 15 sekúndur. Setjið tómatana strax í stóra skál af ísvatni til að kólna. Afhýðið skinnið.
c) Settu Sushi hrísgrjónin, græna laukinn, eggaldinið, steiktan lauk og sesamnúðludressinguna í meðalstóra skál og blandaðu vel saman.
d) Skerið toppana af hverjum tómötum í burtu og takið miðjuna úr. (Geymið tómatinn til annarrar notkunar eins og sardínurúllur með tómatarlish. Skildu eftir ¼ tommu (6 mm) þykkan vegg til að ná sem bestum árangri. Setjið ½ bolla (100 g) af blönduðu Sushi hrísgrjónablöndunni í hverja tómatskál.
e) Notaðu bakhlið skeiðarinnar til að fletja hrísgrjónin varlega út. Berið tómatskálarnar fram með gaffli.

61. Stökksteikt Tofu Sushi skál

HRÁEFNI

- 4 bollar (800 g) tilbúin hefðbundin sushi hrísgrjón
- ½ 6 únsur. (175 g) þétt tófú
- 2 matskeiðar kartöflusterkja eða maíssterkja (maísmjöl)
- 1 stór eggjahvíta, blandað saman við 1 teskeið af vatni
- ½ bolli (50 g) brauðrasp (panko)
- 1 tsk dökk sesamolía
- 1 tsk matarolía
- ½ tsk salt
- Ein gulrót, skorin í 4 tommu (10 cm) eldspýtustangir
- ½ avókadó, skorið í þunnar sneiðar
- 4 matskeiðar maískorn, soðin
- 4 tsk hakkað grænn laukur, aðeins grænir hlutar
- Eitt 4 x 7 tommu (10 x 18 cm) blað úr nori, skorið í þunnar ræmur

LEIÐBEININGAR

a) Undirbúið Sushi hrísgrjónin.

b) Skerið tófúið í ¼ tommu (6 mm) þykkar sneiðar. Settu sneiðarnar á milli laga af pappírsþurrku eða hreinum viskustykki og settu þunga skál ofan á þær. Leyfðu tófú sneiðunum að renna af í að minnsta kosti 10 mínútur.

c) Hitaðu ofninn þinn í 375°F (200°C). Dýptu tæmdu tofu sneiðunum í kartöflusterkjuna. Setjið sneiðarnar í eggjahvítublönduna og snúið þeim til að hjúpa. Blandið saman panko, dökkri sesamolíu, salti og matarolíu saman í meðalstórri skál. Þrýstið smá af panko blöndunni létt á hverja tófú sneiðina. Setjið sneiðarnar á bökunarplötu sem er klædd bökunarpappír. Bakið í 10 mínútur og snúið svo sneiðunum við. Bakið í 10 mínútur í viðbót, eða þar til panko húðin er stökk og gullinbrún. Takið sneiðarnar úr ofninum og leyfið þeim að kólna aðeins.

d) Safnaðu saman 4 litlum framreiðsluskálum. Bleytið fingurgómana áður en $\frac{3}{4}$ bolli (150 g) af Sushi hrísgrjónum er bætt í hverja skál. Fletjið varlega út yfirborð hrísgrjónanna í hverri skál. Skiptið panko tofu sneiðunum á milli 4 skálanna.

e) Bætið $\frac{1}{4}$ af gulrótarstöngunum í hverja skál. Setjið $\frac{1}{4}$ af avókadósneiðunum í hverja skál. Settu 1 matskeið af maískjörnum ofan á hverja skál.

f) Til að bera fram, stráið $\frac{1}{4}$ af nori ræmunum yfir hverja skál. Berið fram með sætu sojasírópi eða sojasósu.

62. Ferskur lax og avókadó sushi skál

HRÁEFNI

- $1\frac{1}{2}$ bollar (300 g) tilbúin hefðbundin sushi hrísgrjón
- $\frac{1}{4}$ lítill jicama, afhýddur og skorinn í eldspýtustangir
- $\frac{1}{2}$ jalapeño chili pipar, fræ fjarlægð og gróft saxuð
- Safi úr $\frac{1}{2}$ lime
- 4 matskeiðar Sushi hrísgrjón dressing
- 6 únsur. (200 g) ferskur lax, skorinn í sneiðar
- $\frac{1}{4}$ avókadó, afhýtt, fræhreinsað og skorið í þunnar sneiðar
- 2 hrúgalegar matskeiðar laxahrogn (ikura) , valfrjálst
- 2 ferskir kóríander (kóríander) greinar, til skrauts

LEIÐBEININGAR

a) Undirbúið Sushi hrísgrjón og Sushi hrísgrjón dressing.

b) Blandið saman jicama eldspýtustangunum, söxuðum jalapeño, lime safa og sushi hrísgrjónasósu í lítilli málmlausri skál. Látið bragðið blandast í að minnsta kosti 10 mínútur. Hellið vökvanum af jicama blöndunni.

c) Safnaðu saman 2 litlum skálum. Bleytið fingurgómana áður en $\frac{3}{4}$ bolli (150 g) af Sushi hrísgrjónum er bætt í hverja skál. Fletjið yfirborð hrísgrjónanna varlega út. Settu $\frac{1}{2}$ af marineruðu jicama ofan á hverja skál.

d) Skiptið laxinum og avókadósneiðunum á milli skálanna 2, raðið hverri í aðlaðandi mynstur yfir hrísgrjónin. Bætið 1 hrúgaðri matskeið af laxahrognum, ef notuð eru, í hverja skál.

e) Til að bera fram, toppið hverja skál með ferskum kóríanderkvisti og Ponzu sósu. sojasósa.

63. Seattle rúlla

Ávöxtun: Gerir 8

HRÁEFNI

- 4 grænn tælenskur chili, stilkur, grófsaxaður
- 1 matskeið auk 1 tsk rifið afhýðið ferskt engifer
- 1 msk ristað sesamfræ
- 1 hvítlauksgeiri, gróft saxaður
- 1/2 tsk kosher salt auk meira til að krydda
- 1/4 bolli sólblómaolía eða jurtaolía
- 2 tsk ristað sesamolía
- 1 tsk eimað hvítt edik
- 1 punda sashimi-gráðu guluggatúnfiskflök, skorin í 1/8" teninga
- 4 ristaðar þurrkaðar nori blöð, helmingaðar langsum
- 1 1/2 bollar (um það bil) soðin stuttkornin hrísgrjón, kæld
- Margs konar fyllingar, svo sem niðurskorinn laukur, enskur gróðurhús eða persneskar gúrkur, kóríanderlauf og graslauksblóm

LEIÐBEININGAR

a) Maukið chili, engifer, sesamfræ, hvítlauk og 1/2 tsk salt í smávinnsluvél þar til deig myndast. Flyttu yfir í meðalstóra skál.

b) Hrærið bæði olíu og ediki út í. Kryddið dressinguna með salti. Bæta við túnfiski; kastaðu varlega bara til að húða.

c) Settu nori blöð á vinnuborð með stutthliðina að þér.

d) Dreifið um 2 ávölum msk hrísgrjónum jafnt á neðsta þriðjung hvers blaðs. Skiptið túnfiskblöndunni á rúllurnar, hellið hrísgrjónum yfir.

e) Toppið með fyllingum. Rúllaðu í keilur eða bjálkaform, notaðu nokkur korn af soðnum hrísgrjónum sem "lím" til að innsigla

64. Húðrúlla

HRÁEFNI

SUSHI RÍS

- 1 1/2 bollar stuttkorna sushi hrísgrjón
- 1 1/2 bollar vatn
- 1 matskeið hrísgrjónavínsedik
- 1 1/2 tsk sykur
- 1/4 tsk sesamolía
- 1 matskeið sesamfræ

LAXSHÚÐRÚLA

- 1/2 punda laxahúð
- 1/2 tsk salt
- 1 matskeið tamari (eða sojasósa)
- 1 matskeið púðursykur
- 2 matskeiðar mirin
- 2 smágúrkur, niðurskornar
- 1 avókadó, skorið í sneiðar
- 1 búnt vatnakarsa
- 4 til 6 blöð nori
- wasabi og sojasósa til að dýfa í

LEIÐBEININGAR

SUSHI RÍS

a) Bætið hrísgrjónum í stóra skál og hrærið undir köldu rennandi vatni og skolið 2 til 3 sinnum til að fjarlægja hluta af sterkjunni. Bætið hrísgrjónum og vatni í hrísgrjónaeldavél (eða pott við lágan hita) og eldið þar til vatn hefur frásogast og hrísgrjón eru mjúk (um það bil 10 til 12 mínútur á helluborðinu).

b) Skelltu hrísgrjónum í stóra skál. Blandið saman ediki, sykri og sesamolíu í lítilli skál og hellið síðan yfir hrísgrjónin og stráið sesamfræjunum yfir. Hrærið varlega saman (til að mylja ekki hrísgrjónakornin) til að krydda hrísgrjónin.

LAXSHÚÐRÚLA

c) LAXSHÚÐ: Skolið og þurrkið laxaskinnið vel. Leggið út á bökunarpappírsklædda pönnu, stráið smá salti yfir og steikið á hátt í 4 til 7 mínútur þar til það er stökkt og gullið. Kælið alveg á grind og skerið síðan í strimla.

d) ÁLSÓSA: Blandið saman tamari, púðursykri og mirin í litlum potti. Hitið yfir lágt þar til sykurinn leysist upp og sósan minnkar um helming og þykknar.

e) RÚLLUR: Settu saman sushiið. Leggið niður stykki af nori og smyrjið á hrísgrjónin í þunnu lagi. Leggðu laxahýði, gúrku, avókadó og karsa meðfram annarri brúninni. Rúllið þétt upp og skerið síðan í hæfilega stóra sneiða. Endið á því að drekka bitana með smá álasósu.

f) Að öðrum kosti er hægt að búa til rúllu með innri og út með því að leggja hrísgrjónin yfir, strá yfir sesamfræjum og velta því síðan yfir á plastfilmu áður en hráefninu er bætt við nori-hliðina og rúllað upp.

65. Snjór

HRÁEFNI

- 2 forsoðnir snjókrabbafœtur
- 1-2 tsk skýrt smjör
- engifersalsa
- ½ avókadó
- 120 grömm soðin hvít sushi hrísgrjón
- ½ blað Nori

KRYÐSLA

- Sjávarsalt
- Malaður svartur pipar

TOPPING

- Kryddað majónesi
- Masago hrogn

LEIÐBEININGAR

a) Taktu snjókrabbafœti og smelltu honum varlega í tvennt í samskeyti með fingrunum. Það œtti að brotna frekar auðveldlega, þó að þú gœtir þurft að nota skœri til að klippa eða klippa af erfiðar sinar.

b) Skerið ytri beinagrindina í burtu. Notaðu naglaskœri til að lágmarka hœttuna á að skemma krabbakjötið. Klippið meðfram neðanverðri fœtinum og passið að skœrin fari í gegnum ytri beinagrind frekar en kjötið. Gerðu það sama með seinni krabbafótinn.

c) Settu báða bita af krabbakjöti á skurðbrettið. Kryddið hvern legg létt með sjávarsalti. Snúðu fótunum til að tryggja góða, jafna þekju. Eftir saltið, gerðu það sama með möluðum svörtum pipar.
d) Forhitið pönnu og bætið við einni eða tveimur teskeiðum af skýru smjöri. Þegar smjörið hefur bráðnað skaltu setja krabbakjötið á pönnuna með því að nota töng. Léttsteikið báðar hliðar í nokkrar mínútur þar til þær eru aðeins gullnar. Notaðu töngina til að fjarlægja krabbann af pönnunni og kældu til hliðar.
e) Setjið fjórar matskeiðar af (heimagerðu) engifersalsa í sigti.
f) Skerið avókadó í tvennt og fjarlægið fræið með því að renna skeið á milli fræsins og ávaxtanna. Fjarlægðu hýðið og settu eitt avókadó með hálfskurðarhliðinni niður á skurðbrettið. Gerðu sneiðar af einum til tveimur millimetrum þykkum. Til að fá hreinan skurð, notaðu aðeins oddinn á blaðinu þegar þú sneiðir.
g) Stráið smá sítrónusafa yfir sneiðarnar til að koma í veg fyrir að þær þorni. Setjið til hliðar í glerskál
h) Setjið hálft ark af nori eftir endilöngu á skurðbretti. Flyttu 120 grömm af soðnum hvítum sushi hrísgrjónum yfir á blaðið með vættum höndum. Notaðu fingurna til að fleyta hrísgrjónunum varlega út og dreifa þeim jafnt á alla fjóra brúnirnar.
i) Settu bambusrúllumottuna í renniláspoka og settu hana á skurðbrettið. Snúðu nori blaðinu hratt yfir á mottuna, með

hrísgrjónahliðinni niður. Setjið engifersalsa á nóríið - bara nóg til að búa til tommubreiða ræma á lengd blaðsins. Settu krabbafæturna tvo ofan á engifersalsa.

j) Notaðu þumalfingur þína til að lyfta upp hliðinni á bambusmottunni sem er næst þér. Krulla það yfir nori blaðið. Þrýstu á toppinn með fingrunum til að halda honum stífum. Fjarlægðu sushi rúlluna af mottunni og settu hana lóðrétt á aðra hlið skurðarbrettsins.

k) Með sléttu hliðinni á hníf skaltu flytja forskornar avókadósneiðar yfir á skurðbrettið. Til að auðvelda flutning á sushi rúllunni skaltu setja þær samsíða henni á borðinu. Notaðu fingurna til að blása varlega út avókadósneiðunum þar til þær mynda sömu lengd og sushi rúllan þín. Lyftu þeim yfir á hnífsblaðið og haltu því í halla og notaðu fingurna til að ýta þeim varlega á rúlluna.

l) Skerið lítinn ferhyrning af matarfilmu, nokkurn veginn sömu stærð og rúllumottan. Setjið matarfilmuna yfir sushi rúlluna og hyljið með rúllumottunni. Eins og áður, notaðu fingurna til að þjappa avókadóinu saman við rúlluna. Þegar þú fjarlægir mottuna ætti avókadóið að hafa tekið form rúllunnar. Ef ekki, endurtaktu þetta skref en notaðu meiri þrýsting til að þjappa avókadóinu saman við rúlluna.

m) Fjarlægðu rúllumottuna en láttu matarfilmuna vera á sínum stað. Bleytið hnífsblaðið aðeins og sneiðið af báðum endum sushi rúllunnar. Borðaðu eða fargaðu þessum bitum.

n) Þessi rúlla mun gefa af sér sex stykki. Skerið rúlluna fyrst í tvennt, skerið síðan hvern helming í þriðju. Notaðu rúllumottuna til að þétta sneiðarnar aftur, áður en matarfilman er fjarlægð.

o) Raðið sneiðunum á borðplötu í 45 gráðu horn. Kreistið eða skeiðið lítið magn af krydduðu majónesi á hverja sneið. Toppið með smá masago-hrognum fyrir fallegan litskvettu.

66. Brim og Torf rúlla

HRÁEFNI

- ½ blað Nori
- 4 únsur. Sushi hrísgrjón, tilbúin
- 6 únsur. Lax, þrír 2 oz. stykki
- 1 aspas, hvítur
- ⅙ Avókadó, skorið í báta
- 1 ½ oz. Svínakjöt, skorið í teninga og steikt þar til það er stökkt
- 1 ½ matskeið Chimichurri Aioli
- 1 matskeiðar Sriracha Aioli
- Wasabi
- Engifer, súrsað

LEIÐBEININGAR

a) Settu hálfa blað Nori með glansandi hlið niður á skurðbretti og dreifðu sushi hrísgrjónum jafnt yfir, þekja þangið að fullu.
b) Snúðu hrísgrjónuðu Nori yfir og settu á Sushi mottu.
c) Setjið lax, 3 avókadóbáta og aspasspjót á miðju Nori langsum.
d) Rúllaðu með því að nota mottuna til að móta og móta, skera í 8 bita.
e) Diskar og toppið með stökkum svínakjöti, dreypið Sriracha og Chimichurri Aioli yfir
f) Berið fram með engifer, Wasabi og par af matpinna.

67. Tempura rúlla

Skammtar 4

HRÁEFNI

FYRIR SUSHI hrísgrjónin :

- 2 bollar ósoðin sushi hrísgrjón
- 2 bollar vatn
- 2 matskeiðar hrísgrjónaedik
- 2 matskeiðar sykur
- 1 1/2 tsk salt

FYRIR SUSHI RÚLLURNAR:

- 4 blöð af nori
- 8 forsoðnar tempura rækjur
- 8 ræmur af agúrku
- 8 sneiðar af avókadó
- 3 matskeiðar svört og/eða hvít sesamfræ

LEIÐBEININGAR

a) Settu hrísgrjónin í sigti og skolaðu þar til vatnið rennur út.

b) Bætið hrísgrjónunum og 2 bollum af vatni í meðalstóran pott við háan hita. Látið suðuna koma upp, án loks. Þegar það byrjar að sjóða, lækkið hitann í lágan og hyljið. Eldið í 15 mínútur. Takið pottinn af hellunni og látið standa, þakinn, í 10 mínútur.

c) Blandið hrísgrjónaediki, sykri og salti saman í litla skál og hitið í örbylgjuofni í 20-30 sekúndur. Færið hrísgrjónin í stóra skál og bætið edikblöndunni út í. Brjótið vel saman til að sameina. Leyfðu hrísgrjónunum að kólna niður í stofuhita

d) Settu eina blað af nori á sléttan flöt og þrýstu um það bil 1/3-1/2 bolla af hrísgrjónum yfir yfirborð norisins, allt að brúnunum. Þetta er auðveldast ef fingurnir eru örlítið rakir.

e) Setjið plastfilmu yfir hrísgrjónahúðaðan nori og hvolfið ofan á sushi-rúllumottu þannig að þanghliðin sé upp.

f) Settu 2 rækjur, 2 ræmur af gúrku og 2 sneiðar af avókadó meðfram annarri hliðinni á nori.

g) Takið upp kantinn á rúllumottunni sem er næst rækjublöndunni og rúllið sushiinu þétt upp.

h) Þrýstu um það bil 2 tsk af sesamfræjum í hrísgrjónin á sushi rúllunni.

i) Notaðu beittan hníf til að skera sushi í sneiðar og bera fram strax.

68. Texas rúlla

HRÁEFNI

- 1 8- únsur. blokk af rjómaosti
- 1 matskeið af Chipotle Tabasco sósu
- 3 soðnir bitar af beikoni (stökkt stig, saxað)
- 3 grænir laukar (saxaðir)
- 1 matskeið af söxuðum svörtum ólífum
- Svartur pipar (eftir smekk/valfrjálst)
- Hveiti Tortillur

LEIÐBEININGAR

a) Í skál, hrærið rjómaostinn til að mýkjast og brjóta hann niður.

b) Bætið Chipotle Tabasco sósunni út í mýkta rjómaostinn og blandið vel saman þar til hún er að fullu tekin upp.

c) Næst skaltu hræra söxuðu beikoni, söxuðum grænum lauk og söxuðum svörtum ólífum út í.

d) Bætið við söxuðum svörtum pipar eftir smekk.

e) Dreifið 1-3 matskeiðum af blöndunni á hveititortillu og rúllið henni síðan upp, þétt.

f) Notaðu beittan hníf til að skera rúlluðu tortilluna í 6-8 "pinwheel" sneiðar. Fleygðu (eða borðaðu!) endunum.

g) Raðið sushiinu á disk eða fat; hyljið með plastfilmu og geymið í kæli þar til tilbúið er til framreiðslu.

69. Tígrisrúlla

HRÁEFNI :

- 2 stór mangó
- 4 góð stærð jarðarber
- 15 grömm agar agar
- 160 ml vatn
- 1 gramm engiskál
- 4 grömm af smokkfiskbleki
- Nokkur korn af soðnum hvítum sushi hrísgrjónum
- ½ Butternut squash

SUSHI RULL

- ½ lak af Nori
- 120 grömm soðin og krydduð sushi hrísgrjón
- Sriracha heit sósa
- Heimalagaður laxatartar

LEIÐBEININGAR

a) Notaðu mangóskljúfara eða beittan hníf til að aðskilja steininn og kjarnann frá mangóinu. Skafið síðan kvoða úr báðum helmingum mangósins með eftirréttarskeiði í glerskál. Fargið skinninu.

b) Bætið mangóinu í safapressuna og vinnið, leyfið safanum að safnast saman í stórri plastkönnu.

c) Þvoið og undirbúið 4-5 stór jarðarber með því að skera „hausana“ af. Bætið þessu líka í safapressuna og vinnið í sömu mælikönnu. Blandið ávaxtasafanum saman með skeið með því að hræra í stutta stund þar til vökvinn verður appelsínugulur.

d) Í sérstakri könnu, blandaðu 160 ml af köldu vatni saman við 2,4 grömm af agar-agar og 1 grömm af engisprettur. Blandið vel með því að nota handblöndunartækið. (Ekki þeyta, þar sem þetta mun ekki blanda gelin almennilega saman.)

e) Þegar búið er að blanda saman skaltu bæta 240 grömmum/ml af mangóinu og jarðarberjasafanum í könnuna. Blandið aftur í nokkrar sekúndur af fullum krafti. Hellið 100 ml af vökvanum í sérstaka plastkönnu og setjið þá fyrstu til hliðar í bili.

f) Bætið 4 grömmum af smokkfiskbleki í nýju könnuna og blandið vel saman. Helltu síðan innihaldi könnunarinnar í djúpan pott. Látið suðuna koma upp með því að nota spaða til að hreyfa vökvann. Þetta kemur í veg fyrir að það festist. Lækkið hitann á hellunni og látið malla í 3 mínútur.

g) Leggðu kísillmottuna eða plastfilmu ofan á plastbakkann. Byrjaðu að strjúka stuttum línum af smokkfiskblekinu með skeið yfir mottuna og þekja allt yfirborðið. Geymið í kæli í a.m.k. 30 mínútur til að leyfa hlaupinu að harðna.

TIGER-ART:

h) Á meðan þú bíður skaltu endurtaka suðu/suðuferlið fyrir mangó- og jarðarberjasafablönduna og láta kólna.

i) Þegar smokkfisk blek röndin hafa stífnað skaltu taka bakkann úr kæli. Ekki lyfta mottunni upp á þessu stigi. Hellið öllu innihaldi pönnunnar á mottuna og leyfið blöndunni að dreifast eins mikið og hægt er. Ef nauðsyn krefur, lyftu upp bakkanum og hallaðu til að tryggja að vökvinn hylji alla mottuna í þunnu, jöfnu lagi.

j) Kælið í 60 mínútur í viðbót.

LÍKUNNI MANGÓ TÍGRIS

a) Notaðu beittan hníf til að skera endann af kartöflumúsinni. Skerið í tvennt og fargið frœendanum.

b) Með hýðið ósnortið, setjið butternut-squashið í stóran pott með sjóðandi vatni. Eldið, með loki á, í um það bil 5 mínútur, eða þar til holdið er mjúkt.

c) Takið squashið af pönnunni. Þegar það hefur kólnað skaltu byrja að fjarlægja hýðið af hýðinu af leiðsögninni með því að nota hnífinn þinn eða grœnmetisskrjálsara. Skerið graskerið í tvennt endilangt og fargið helmingnum.

d) Settu afganginn af squash með flata hliðina niður á skurðbrettið þitt. Skerið um það bil 2,5 cm (1 tommu) þykkan hluta af og fargið.

e) Snúðu leiðsögninni yfir á annan endann með bogadregnu brúnina að þér. Á hœgri hlið skaltu búa til 45 gráðu „slit" með skurðarhnífnum um það bil 1,5-2 cm inn frá brúninni. Auðveldast er að gera þetta með því að gera fyrst beinan skurð niður á við og síðan einn í 45 gráðu horni. Endurtaktu fyrir vinstri hliðina og losaðu varlega úr leiðsögninni með hnífsoddinum.

f) Með blaðið flatt skaltu fjarlægja rönd af leiðsögn frá milli eyrnanna til að búa til blekkingu um dýpt. Endurtaktu fyrir ytri brún hvers eyra.

g) Settu hnífinn aftur í hægri hönd, ytri brún höfuðformsins. Með því að beita þrýstingi, byrjaðu að skera út ávölan hluta, sem mun mynda andlitið. Stoppaðu um það bil 1 cm frá botninum. Stilltu hnífnum þínum við þennan punkt á ytri brúninni og gerðu lárétta skurð til að mynda snið loppunnar. Endurtaktu vinstra megin.

h) Til að betrumbæta höfuð tígrisdýrsins skaltu staðsetja það fyrst þannig að „andlitið" sé fyrir framan þig. Um það bil 1,5 cm frá framhlið höfuðsins, gerðu 45 gráðu skurð, færðu hnífinn að þér og niður. Hnífurinn ætti að stoppa nokkurn veginn þar sem útlínur loppanna byrja. Skilgreindu eyrun frekar með því að raka af sér smá auka hold - aftur með hnífnum í 45 gráðu horni.

i) Næst, þú vilt búa til meiri skilgreiningu í kringum lappirnar. Til að gera það skaltu einfaldlega klippa út 45 gráðu þríhyrning sitt hvoru megin við kjálkann (milli kjálka og loppu). Þetta mun einnig gera kjálkalínuna mjókka eðlilegri. Skerið lóðréttan hluta þvert yfir botn kjálkans til að „aðskilja" hann frá skurðborðinu.

j) Til að skera út munninn skaltu einfaldlega stilla oddinum á blaðinu þínu við efst á vinstri loppunni og rekja lárétt yfir andlit tígrisdýrsins. Færðu síðan hnífinn niður og yfir á hina hliðina og skerðu út boga á hvolfi. Dragðu holdið varlega frá forminu með því að nota hnífsoddinn.

k) Haltu tígrisdýrinu í annarri hendi, stingdu hnífsoddinum í munnþakið sitt hvoru megin til að búa til tannrauf. Að lokum skaltu búa til tvær jafnstórar innskot fyrir augun. Dýpt hvers og eins ætti að vera nóg til að innihalda hrísgrjónakorn.

l) Að lokum skaltu skera út tvö svipuð lappasnið úr afganginum af leiðsögn til að mynda afturfæturna.

AÐ BÚA TIL SUSHI RÚLLU

a) Fjarlægðu mangógelplötuna úr ísskápnum og settu aftur á bakkann. Skerið rétthyrnt stykki úr blaðinu með hreinum, beittum hníf, um það bil á stærð við hálft blað af Nori. Lyftu upp hlutanum með hnífsoddinum og gríptu síðan í bæði hornin með fingrunum. Fjarlægðu 'húðina' hægt og rólega af mottunni. Settu til hliðar á sléttum disk á meðan þú býrð til sushi rúlluna.

b) Settu hálft ark af Nori á skurðbrettið þitt. Flyttu 120 grömm af soðnum hvítum sushi hrísgrjónum yfir á blaðið með vættum fingrum. Fluttu hrísgrjónunum út með fingrunum og þekur allt yfirborð Nori laksins.

c) Snúðu Nori lakinu yfir á bambus rúllandi mottu þannig að hrísgrjónahliðin snúi niður. Kreistu tvær rausnarlegar ræmur af Sriracha sósu yfir miðlengd Nori blaðsins. Setjið síðan laxatartarinn yfir með skeið yfir Sriracha sósuræmurnar.

d) Settu fingurna meðfram tannsteinsröndinni og lyftu bambusrúllumottunni upp með þumalfingrunum. Krullaðu mottuna yfir, byrjaðu að rúlla sushi rúllunni, beittu stöðugum þrýstingi til að halda innihaldinu á sínum stað. Þegar rúllunni hefur verið rúllað skaltu beita frekari þrýstingi til að innsigla rúlluna.

e) Hyljið sushi rúlluna með matarfilmu. Notaðu bambusrúllumottuna aftur til að „þétta" innihaldið. Þá, með vættum hníf, skerið óhreina enda rúllunnar. Skerið afganginn í átta jafna hluta. Stífðu þig aftur með því að nota rúllumottuna áður en þú fjarlægir matarfilmuna tímabundið.

f) Leggðu appelsínugel blaðið þvert yfir sushi rúlluna, settu það eins beint og hægt er. Hyljið rúlluna aftur með matarfilmu og þjappið „húðinni" á rúlluna með bambusrúllumottunni. Fjarlægðu og fargaðu matarfilmunni.

g) Flyttu sushi rúlluhlutana yfir á rétthyrndan sushi disk, stilltu þá saman við hliðina á öðrum til að mynda líkamann. Settu höfuðið fyrir framan sushi rúlluna og fæturna á hvorri hlið aftan. Berið fram með smá ramekin af sojasósu til hróss.

70. <u>Unagi rúlla</u>

HRÁEFNI

- 3 sneiðar af unagi / ell
- agúrka, skorin eins og stafur
- 1 stafur eftirlíkingu af krabbakjöti, skorið hálf langt
- 1 stykki nori / þangpappír
- sneiðar avókadó
- sushi hrísgrjón
- hrísgrjónaedik
- sesamfræ
- masago/fiskegg
- unagi sósu

LEIÐBEININGAR

a) Blandið sushi hrísgrjónum saman við hrísgrjónaediki
b) Settu nori ofan á sushimottu
c) Þrýstið sushi hrísgrjónum ofan á nori
d) Stráið sesamfræjum og masago yfir, passið að allt sé jafnt ofan á sushi hrísgrjón
e) Hvolfið nori á hina hliðina, setjið gúrku, avókadó, krabbakjöt og unagi
f) Rúllaðu því þar til nálægt endanum á nori
g) Skerið það í 8 bita
h) Borða með unagi sósu

71. Gljáður eggaldin sushi

HRÁEFNI

- $1\frac{1}{2}$ bollar (300 g) tilbúin hefðbundin sushi hrísgrjón
- 1 lítið japanskt eggaldin
- Olía til eldunar
- 1 matskeið sojasósa
- $\frac{1}{2}$ tsk dökk sesamolía
- $\frac{1}{2}$ tsk misopasta
- 1 tsk hrísgrjónaedik
- 1 tsk ristað sesamfræ
- 1 tsk hakkað grænn laukur, aðeins grænir hlutar

LEIÐBEININGAR

a) Undirbúið Sushi hrísgrjónin.

b) Hitið ofn í 350°F (175°C). Klæðið bökunarplötu með bökunarpappír. Skerið eggaldinið í $\frac{1}{2}$ tommu (1,25 cm) sneiðar. Blandið sojasósunni, dökkri sesamolíu, miso mauki og hrísgrjónaediki saman í lítilli skál. Smyrjið báðar hliðar eggaldinsneiðanna með blöndunni. Leggið stykkin flatt á bökunarpappírsklædda ofnplötu. Bakið í 7 mínútur. Kældu eggaldinsneiðarnar alveg.

c) Leggðu plastfilmu ofan á bambusrúllumottu. Búðu til lárétta röð þvert yfir plastfilmuna með eggaldinsneiðunum. Bleytið fingurgómana og dreifið Sushi hrísgrjónunum yfir eggaldinið. Brjótið plastfilmuna upp utan um Sushi hrísgrjónin. Snúðu plastpakkningunni þannig að hrísgrjónin liggi á botninum. Notaðu bambusrúllumottuna til að móta sushiið í rétthyrning.

d) Dýfðu blaðinu á mjög beittum hníf í vatni. Skerið í gegnum plastfilmuna með sagandi hreyfingu til að skera sushiið í 8 hluta. Fjarlægðu plastfilmuna varlega.
e) Til að bera fram skaltu setja bitana á framreiðsludisk. Stráið sesamfræjunum og grænlauknum yfir bitana.

72. Túnfiskur Tataki Nigiri

HRÁEFNI

- 1 bolli (200 g) tilbúin hefðbundin sushi hrísgrjón
- 6 únsur. (175 g) ferskur túnfiskur, skorinn í 1 tommu (2,5 cm) þykka blokk
- 3 matskeiðar ristað sesamfræ
- Olía til eldunar
- Eitt 4 x 7 tommu (10 x 18 cm) blað af nori

LEIÐBEININGAR

a) Undirbúið Sushi hrísgrjónin.

b) Hellið sesamfræjunum á disk og leggið túnfiskblokkina yfir. Snúðu túnfisknum þannig að hann hjúpist jafnt.

c) Hitið nóg af olíu í botninn á stórri pönnu til að húða hana alveg. Látið olíuna heita. (Á einhverjum tímapunkti gæti pönnu byrjað að reykja. Einhver reykur er í lagi.) Bætið hjúpuðum túnfiskinum við pönnuna og steikið hann í um 15-20 sekúndur á hlið. Vertu viss um að brenna endana líka. Fjarlægðu túnfiskinn og láttu hann kólna í að minnsta kosti 5 mínútur.

d) Dýfðu fingurgómunum í vatn og skvettu smá yfir lófana. Kreistu kúlu á stærð við valhnetu af tilbúnum sushi-hrísgrjónum, um það bil 2 matskeiðar, í hendina til að mynda snyrtilegt ferhyrnt rúm af hrísgrjónum. Endurtaktu til að búa til 7 rúm af hrísgrjónum til viðbótar.

e) Skerið blaðið af nori þversum í 8 ræmur. Skerið sesamskorpu túnfiskinn þversum í $\frac{1}{4}$ tommu (6 mm) þykkar sneiðar. Leggðu eitt stykki af sesamtúnfiski yfir hvert hrísgrjónabeð. Notaðu ræmur af nori til að festa sesam-túnfisksneiðarnar við hrísgrjónin.

f) Til að bera fram skaltu raða bitunum á framreiðsludisk. Berið fram strax með Ponzu sósu

73. Bleikja Nigiri

HRÁEFNI

- $1\frac{1}{2}$ bollar (300 g) tilbúin hefðbundin sushi hrísgrjón
- 6 únsur. (175 g) bleikjublokk, roð fjarlægt
- 1 matskeið sake, valfrjálst
- $\frac{1}{2}$ sítrónubátur, skorinn í 10-12 pappírsþunnar sneiðar
- 1 grein ferskt dillgresi

LEIÐBEININGAR

a) Undirbúið Sushi hrísgrjónin.

b) Skerið bleikjuna með því að nota blokkaskurðarleiðbeiningarnar Í 10-12 sneiðar. Bleyta fingurgómana í vatni og skvetta smá yfir lófana. Kreistu kúlu á stærð við valhnetu af tilbúnum sushi-hrísgrjónum, um það bil 2 matskeiðar, í hendina til að mynda snyrtilegt ferhyrnt rúm af hrísgrjónum. Endurtaktu til að búa til 9-11 rúm af hrísgrjónum í viðbót.

c) Dýfðu fingurgómnum í sakir, ef þú notar það, og burstaðu það yfir bleikjuna. Endurtaktu eftir þörfum til að bragðbæta hverja bleikjusneið létt. Settu eitt hrísgrjónabeð flatt í vinstri lófa þínum og dragðu eina sneið af bleikju yfir það. Taktu hliðina á hrísgrjónunum með hægri þumalfingri og vísifingri. Nuddaðu vinstri þumalfingri yfir bleikjuna til að móta hana. Endurtaktu leiðbeiningarnar með bleikju og hrísgrjónum sem eftir eru.

d) Til að bera fram skaltu raða sushibitunum á framreiðsludisk. Toppið hvern bita með pappírsþunnri sneið af sítrónu. Rífið dillkvistinn í bita til að skreyta hvern sushibita. Berið fram með sojasósu ef vill.

74. Spam Musubi

HRÁEFNI

- $1\frac{1}{2}$ bollar (300 g) tilbúin hefðbundin sushi hrísgrjón
- Ein 12 oz. (340 g) dós af ruslpósti
- Olía til að elda eina 4 x 7 tommu (10 x 18 cm) lak af nori
- 4 matskeiðar sætt sojasíróp, eða meira eftir smekk
- 2 tsk ristað sesamfræ

LEIÐBEININGAR

a) Undirbúið Sushi hrísgrjónin og sæta sojasírópið.

b) Skerið ruslpóstinn eftir endilöngu í 6 jafnar sneiðar. Hitið nóg af olíu í botninn á stórri pönnu til að húða hana alveg. Steikið Spam sneiðarnar þar til hvor hlið er gullinbrún, um 2-3 mínútur á hlið. Tæmið steiktu sneiðarnar á pappírshandklæði.

c) Bleyta fingurgómana í vatni og skvetta smá yfir lófana. Kreistu kúlu af tilbúnum Sushi-hrísgrjónum á stærð við valhnetu, um það bil 2 matskeiðar, í hendina til að mynda snyrtileg ferhyrnd rúmgrjón. Endurtaktu til að búa til 11 rúm af hrísgrjónum í viðbót.

d) Skerið blaðið af nori þversum í 12 ræmur. Skerið hvert stykki af steiktu ruslpósti í tvennt eftir endilöngu. Leggðu eitt stykki af ruslpósti eftir endilöngu yfir hvert hrísgrjónabeð.

e) Notaðu ræmurnar af nori til að festa ruslpóstsneiðarnar við hrísgrjónin.

75. Avókadó og granatepli Nigiri

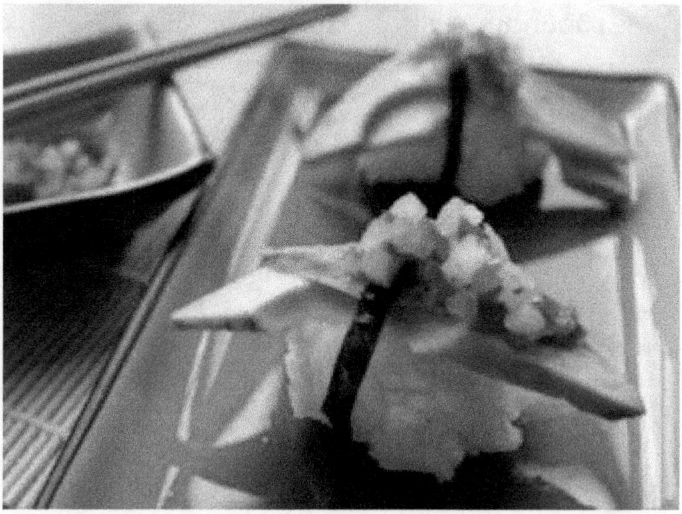

HRÁEFNI

- 1½ bollar (300 g) Hefðbundin sushi hrísgrjón
- 1 msk granatepli melass
- 1 tsk Ponzu sósa
- ½ avókadó, skorið í 16 þunnar sneiðar
- Eitt 4 x 7 tommu (10 x 18 cm) blað af nori
- 2 tsk granatepli fræ

LEIÐBEININGAR

a) Undirbúið Sushi hrísgrjónin.

b) Hrærið saman granateplumelassann og Ponzu sósuna í lítilli skál.

c) Dýfðu fingurgómunum í vatn og skvettu smá yfir lófana. Kreistu kúlu á stærð við valhnetu af tilbúnum sushi-hrísgrjónum, um það bil 2 matskeiðar, í hendina til að mynda snyrtilegt ferhyrnt rúm af hrísgrjónum. Endurtaktu til að búa til 7 rúm af hrísgrjónum til viðbótar.

d) Skerið 8 ræmur af æskilegri breidd þversum úr blaðinu af nori. Geymið afganginn af nori til annarrar notkunar. Toppið hvert hrísgrjónabeð með 2 avókadósneiðum. Festu þau á sinn stað með nori ræma „öryggisbelti".

e) Til að bera fram skaltu raða bitunum á framreiðsludisk. Hellið smá af granateplablöndunni yfir hvern bita og toppið með nokkrum granateplafræjum.

76. Shiitake Nigiri

HRÁEFNI

- $1\frac{1}{2}$ bollar (300 g) tilbúin hefðbundin sushi hrísgrjón
- 8 litlir shiitake sveppir, þurrkaðir og stilkar fjarlægðir
- Olía til eldunar
- Eitt 4 x 7 tommu (10 x 18 cm) blað af nori
- 2 matskeiðar sesamnúðludressing
- 1 tsk ristað sesamfræ

LEIÐBEININGAR

a) Undirbúið Sushi hrísgrjón og sesam núðlu dressing.

b) Skerið ofan á hvern svepp með hníf. Hitið nóg af olíu í botninn á stórri pönnu til að húða hana alveg. Bætið sveppunum út í og eldið þá varlega til að losa ilminn. Þetta ætti að taka aðeins nokkrar mínútur. Takið af pönnunni og látið kólna.

c) Dýfðu fingurgómunum í vatn og skvettu smá yfir lófana. Kreistu kúlu á stærð við valhnetu af tilbúnum sushi-hrísgrjónum, um það bil 2 matskeiðar, í hendina til að mynda snyrtilegt ferhyrnt rúm af hrísgrjónum. Endurtaktu til að búa til 7 rúm af hrísgrjónum til viðbótar.

d) Skerið 8 ræmur af æskilegri breidd þversum úr blaðinu af nori. Geymið afganginn af nori til annarrar notkunar. Toppið hvert hrísgrjónabeð með 1 svepp. Fyrir fjölbreytni skaltu setja helming sveppanna á hrísgrjónabeð með undirhliðina upp. Festið sveppina á sínum stað með nori ræma „öryggisbelti".

e) Til að bera fram skaltu raða sveppa sushi bitunum á framreiðslu fat. Setjið smá af sesamnúðludressingunni yfir hvern bita og stráið sesamfræjum yfir.

77. Lax-, osta- og agúrkusafla

HRÁEFNI

- 1 bolli (200 g) tilbúin hefðbundin sushi hrísgrjón
- 4 matskeiðar rjómaostur, mildaður
- 1 tsk wasabi-mauk
- $\frac{1}{4}$ tsk lime börkur
- Tvö 4 x 7 tommu (10 x 18 cm) blöð nori
- 4 únsur. (125 g) reyktur lax eða lox, þunnar sneiðar
- $\frac{1}{4}$ ensk agúrka, skorin í pappírsþunnar sneiðar
- 1 msk laxahrogn

LEIÐBEININGAR

a) Undirbúið Sushi hrísgrjónin.

b) Blandið rjómaostinum, wasabi-maukinu og lime-safanum saman í lítilli skál. Skerið nori blöðin í tvennt eftir endilöngu. Settu tvö af hlutunum á vinnuflötinn þinn, grófa hliðin snýr upp og settu hina tvo til hliðar. Bleytið fingurgómana og dreifið 4 matskeiðum af sushi hrísgrjónum yfir yfirborðið á a nori helmingnum. Endurtaktu þetta fyrir hinn nori helminginn. Smyrðu 1 matskeið af rjómaostablöndunni yfir hrísgrjónin.

c) Skiptið reykta laxinum í tvennt. Dreifðu því í samloku-stíl yfir yfirborðið á rjómaosthúðuðu nori helmingunum. Ýttu þeim til hliðar og sæktu 2 nori helmingana sem eftir eru. Settu þær með grófu hliðinni upp á vinnuborðið þitt. Bleytið fingurgómana og dreifið 4 matskeiðum af sushi hrísgrjónum yfir hvern og einn. Leggið helmingana með hrísgrjónahliðinni upp yfir reyktan laxinn.

d) Dreifið 1 matskeið af rjómaostablöndunni yfir yfirborð hvers hrísgrjónahúðaðs stafla. Toppið hvern stafla með agúrkusneiðum í smá mynstri sem skarast. Settu plastfilmu yfir hvern stafla. Notaðu bambus rúllandi mottu til að þrýsta varlega á staflana. Haltu plastfilmunni á sínum stað og notaðu beittan hníf til að skera hvern stafla í sneiðar. Aftur skaltu nota bambusrúllumottuna til að þrýsta varlega á staflana. Fjarlægðu plastfilmuna.

e) Til að bera fram, flytjið stykkið yfir í framreiðslufat. Toppið hvern bita með smá af laxahrognum.

78. Japanskt eggjakaka Sushi *Tamago Nigiri*

HRÁEFNI

- 4 egg
- $\frac{1}{4}$ bolli tilbúið dashi lager
- 1 matskeið hvítur sykur
- 1 tsk mirin
- $\frac{1}{2}$ tsk sojasósa
- $\frac{1}{2}$ tsk jurtaolía, eða meira eftir þörfum

LEIÐBEININGAR

a) Þeytið egg vandlega í skál; þeytið dashi-kraftinum, sykri, mirin og sojasósu út í þar til sykurinn hefur leyst upp.

b) Settu nonstick pönnu eða eggjakökupönnu yfir miðlungshita. Olía pönnuna með jurtaolíu. Hellið þunnu lagi af eggjablöndu í heita pönnuna og hrærið í hjúp.

c) Þegar eggjalagið er stíft á botninum en enn örlítið fljótandi ofan á, lyftu upp um 1 tommu af brún eggjakökunnar með spaða og brjóttu endann yfir eftirstandandi eggjalagið; haltu áfram að rúlla eggjakökunni til enda og ýttu rúllunni að brúninni á pönnunni.

d) Olía aftur pönnu ef hún virðist þurr; helltu öðru þunnu lagi af eggi í pönnuna og lyftu rúllunni til að eggið flæði undir eggjakökurúlluna. Brjótið eggjakökurúllurnar yfir nýja eggjalagið, haltu áfram að rúlla til enda eins og áður. Þrýstu eggjakökunni að brún pönnu.

e) Hellið nýju eggjalagi í pönnuna, smyrjið pönnuna ef þarf. Veltið eggjakökunni yfir til að setja næsta eggjalag inn í rúlluna. Hellið nýjum lögum og rúllið inn í eggjakökuna þar til öll eggjablandan hefur verið notuð.

f) Fjarlægðu eggjakökuna á disk og skerðu í 6 jafna bita til að bera fram.

79. <u>Masago Gunkan</u>

HRÁEFNI

- ½ bolli (100 g) tilbúin hefðbundin sushi hrísgrjón
- Tvö 4 x 7 tommu (10 x 18 cm) blöð nori
- 4 matskeiðar loðnuhrogn (masago)

LEIÐBEININGAR

a) Undirbúið Sushi hrísgrjónin og fjórðu þau til að búa til 4 beð af hrísgrjónum. Skerið nori í fjóra 1 ½ x 5 tommu (4 x 13 cm) ræmur.

b) Vefjið einni ræmu af nori, grófa hliðin sem snýr inn, um 1 beð af hrísgrjónum til að mynda vegg. Það getur verið nauðsynlegt að nota eitt hrísgrjónakorn sem „lím" á brúnirnar. Endurtaktu fyrir hin 3 rúmin sem eftir eru af hrísgrjónum og nori.

c) Til að bera fram, skeið 1 matskeið af masago yfir hverju rúmi af Sushi hrísgrjónum.

80. Sardína Nigiri

HRÁEFNI

- 1½ bollar (300 g) tilbúin hefðbundin sushi hrísgrjón
- 4 únsur. (120 g) dós sardínur
- Eitt 4 x 7 tommu (10 x 18 cm) blað af nori
- 1 grein fersk kóríanderlauf (kóríander)
- ½ tsk fínt rifin fersk engiferrót
- ¼ tsk fínt rifinn hvítlaukur

LEIÐBEININGAR

a) Undirbúið Sushi hrísgrjónin.

b) Fjarlægðu sardínurnar úr niðursuðuvökvanum og þurrkaðu þær. Dýfðu fingurgómunum í vatn og skvettu smá yfir lófana. Kreistu kúlu af sushi hrísgrjónum á stærð við valhnetu, um það bil 2 matskeiðar, í hendinni og myndaðu snyrtilegan rétthyrning. Endurtaktu til að búa til 6-7 fleiri hrísgrjónabeð.

c) Skerið 8 ræmur af æskilegri breidd þversum úr blaðinu af nori. Geymið afganginn af nori til annarrar notkunar. Toppið hvert hrísgrjónabeð með 1 sardínu. Festið sardínurnar á sínum stað með nori ræma „öryggisbelti".

d) Til að bera fram skaltu setja sardínurnar á framreiðsludisk. Fjarlægðu stilkana af ferska kóríander (kóríander) greininni. Toppið hverja sardínu með 1 fersku kóríander (cilantro) blaða. Skiptið rifnu fersku engiferrótinni á milli sardínanna. Bætið örlítið af rifnum hvítlauk ofan á hverja sardínu.

81. Reykt önd Nigiri

HRÁEFNI

- $1\frac{1}{2}$ bollar (300 g) tilbúin hefðbundin sushi hrísgrjón
- 12 únsur. (340 g) reykt andabringa, húðin heil
- Olía til eldunar
- Eitt 4 x 7 tommu (10 x 18 cm) blað af nori
- 2 matskeiðar sætt sojasíróp
- 1 tsk hakkað grænn laukur, aðeins grænir hlutar

LEIÐBEININGAR

a) Undirbúið Sushi hrísgrjónin og sæta sojasírópið.

b) Fjarlægðu húðina af andabringunni og skerðu hana í þunnar bita. Hitið nóg af olíu í botninn á stórri pönnu til að húða hana alveg. Bætið andarskinnssneiðunum út í og eldið þær þar til þær verða stökkar og gullinbrúnar, um það bil 3 mínútur. Tæmdu andabrakið á pappírsþurrku eða hreinu eldhúsþurrku.

c) Skerið andabringuna í 10-12 þunnar sneiðar. Dýfðu fingurgómunum í vatn og skvettu smá yfir lófana. Kreistu kúlu á stærð við valhnetu af tilbúnum sushi-hrísgrjónum, um það bil 2 matskeiðar, í hendina til að mynda snyrtilegt ferhyrnt rúm af hrísgrjónum. Endurtaktu til að búa til nógu mikið af hrísgrjónum til að rúma sneiðar af reyktri önd.

d) Skerið blaðið af nori þversum í nógu marga strimla til að passa við fjölda reyktu andasneiðanna. Leggðu eina öndarsneið yfir hvert rúm eða hrísgrjón og festu þau á sinn stað með nori ræma „öryggisbelti".

e) Raðið sushiinu á framreiðsludisk. Dreypið sætu sojasírópinu yfir bitana. Dreifið andabrauðinu yfir og síðan græna laukinn.

82. Deviled Egg og Avocado Gunkan

HRÁEFNI

- ½ bolli (100 g) tilbúin hefðbundin sushi hrísgrjón
- Tvö 4 x 7 tommu (10 x 18 cm) blöð nori
- 4 matskeiðar saxað avókadó
- Klípa af salti
- Safi úr ¼ lime
- 4 quail eggjarauður
- 4 tsk kryddað majónes
- 1 tsk hakkað grænn laukur, aðeins grænir hlutar

LEIÐBEININGAR

a) Undirbúið Sushi hrísgrjónin og kryddað majónesið.

b) Skiptu Sushi hrísgrjónunum í 4 hluta og búðu til 4 beð af hrísgrjónum. Skerið nori í fjóra 1 ½ x 5 tommu (4 x 13 cm) ræmur. (Hægt er að geyma hvaða nori sem eftir er og skera í „öryggisbelti" fyrir aðra nigiri.) Vefjið einni ræmu af nori, grófa hliðin sem snýr inn, um 1 rúm af hrísgrjónum til að mynda vegg. Það getur verið nauðsynlegt að nota eitt hrísgrjónakorn sem „lím" á brúnirnar. Endurtaktu fyrir hin 3 rúmin sem eftir eru af hrísgrjónum og nori.

c) Blandið söxuðu avókadóinu, klípu af salti og limesafa saman í litilli skál. Setjið 1 matskeið af blöndunni á hvert hrísgrjónabeð. Settu 1 quail egg eggjarauða í miðju hvers sushibeðs með avókadó. Setjið 1 tsk af krydduðu majónesi ofan á hvert quail egg. Notaðu kyndil til að steikja kryddmajónesið létt þar til það er orðið ristað, um það bil 7-8 sekúndur.

d) Til að bera fram, stráið grænlauknum yfir toppana á sushibitunum og berið fram strax.

83. Hvítur túnfiskur Nigiri

HRÁEFNI

- $1\frac{1}{4}$ bollar (250 g) tilbúin hefðbundin sushi hrísgrjón
- 6 únsur. (150 g) ferskur hvítur túnfiskur, skorinn í þykka blokk
- 2 matskeiðar Ponzu sósa, auk meira til að dýfa í
- $\frac{1}{4}$ tsk fínt rifinn gulur laukur
- $\frac{1}{4}$ tsk fínt rifinn hvítlaukur
- $\frac{1}{2}$ tsk fínt rifin gulrót

LEIÐBEININGAR

a) Undirbúið Sushi hrísgrjónin.

b) Notaðu kyndil til að brenna létt utan á hvíta túnfisknum. Til skiptis, steypið hvíta túnfisknum með teini úr málmi og steikið fiskinn að utan yfir loga á gashellu. Leyfið fiskinum að kólna að snerta.

c) Skerið hvíta túnfiskinn með því að nota blokkaskorið LEIÐBEININGAR í 10-12 sneiðar. Bleyta fingurgómana í vatni og skvetta smá yfir lófana. Kreistu kúlu á stærð við valhnetu af tilbúnum sushi-hrísgrjónum, um það bil 2 matskeiðar, í hendina til að mynda snyrtilegt ferhyrnt rúm af hrísgrjónum. Endurtaktu til að búa til 8 fleiri hrísgrjónabeð.

d) Settu eitt beð af hrísgrjónum flatt í vinstri lófa þínum og dragðu eina sneið af hvítum túnfiski yfir það. Taktu hliðina á hrísgrjónunum með hægri þumalfingri og vísifingri. Nuddaðu vinstri þumalfingri yfir hvíta túnfiskinn til að móta hann.

Endurtaktu leiðbeiningarnar með hinum hvíta túnfiski og hrísgrjónum.

e) Til að bera fram skaltu raða bitunum af hvítum túnfisk-sushi á framreiðsludisk. Penslið smá af Ponzu sósunni yfir hvern bita. Toppið hvert stykki með örlítið magn af rifnum gulum lauk, rifnum hvítlauk og rifnum gulrót. Berið fram með viðbótar Ponzu sósu, ef vill.

84. Reykt Tofu Nigiri

HRÁEFNI

- $1\frac{1}{2}$ bollar (300 g) tilbúin hefðbundin sushi hrísgrjón
- 16 únsur. (500 g) pakka tófú, tæmd af pakkavökva
- $\frac{1}{2}$ bolli (125 ml) Tempura sósa
- Eitt 4 x 7 tommu (10 x 18 cm) ark nori
- 4 matskeiðar Sushi hrísgrjón dressing
- $\frac{1}{2}$ tsk dökk sesamolía
- $\frac{1}{2}$ tsk hvítlauks chili sósa

LEIÐBEININGAR

a) Undirbúið Sushi hrísgrjón og Tempura sósu.

b) Settu tófúið á milli nokkurra laga af pappírsþurrkum á sléttu yfirborði. Settu skál og þungan niðursoðinn hlut ofan á hana. Leyfðu tófúinu að renna af í að minnsta kosti 15 mínútur. Á meðan þú bíður eftir tofu skaltu setja handfylli af reykflögum í vatn til að liggja í bleyti.

c) Setjið tófúið í litla skál og bætið við Tempura sósunni. Snúðu því nokkrum sinnum til að húða. Látið tófúið marinerast í um það bil 10 mínútur.

d) Hitaðu úti grillið þitt. Vefjið viðarflísunum í bleyti inn í álpappír. Stingið álpappírinn nokkrum sinnum með stöngum. Bætið álpappírspakkanum við grillið. Þegar það byrjar að rjúka, setjið marinerað tófúið á grillgrindur og lokaðu grilllokinu. Reykið tófúið í 20 mínútur. Takið af grillinu og leyfið því að kólna alveg.

e) Dýfðu fingurgómunum í vatn og skvettu smá yfir lófana. Kreistu kúlu á stærð við valhnetu af tilbúnum sushi-hrísgrjónum, um það bil 2 matskeiðar, í hendina til að mynda snyrtilegt ferhyrnt rúm af hrísgrjónum. Endurtaktu til að búa til 9 rúm af hrísgrjónum til viðbótar.

f) Skerið reykta tófúið þvers og kruss í $\frac{1}{4}$ tommu (6 mm) þykkar sneiðar. Skerið 8 ræmur af æskilegri breidd þversum úr blaðinu af nori. Geymið afganginn af nori til annarrar notkunar. Toppið hvert hrísgrjónabeð með 1 sneið af reyktu tofu. Festið sneiðarnar á sínum stað með nori ræma „öryggisbelti".

g) Til að bera fram skaltu raða reyktu sushibitunum á framreiðsludisk. Blandið saman Sushi hrísgrjónasósunni, dökkri sesamolíu og hvítlauks chilisósunni í litlum fati. Penslið smá af blöndunni yfir hvern bita af reyktu tofu.

85. Hvítlaukur ristaður hörpuskel Nigiri

HRÁEFNI

- ½ bolli (100 g) tilbúin hefðbundin sushi hrísgrjón
- 2 ferskar hörpuskel, hrærðar
- ½ tsk hakkaður hvítlaukur
- Klípa af salti
- ½ tsk dökk sesamolía

LEIÐBEININGAR

a) Undirbúið Sushi hrísgrjónin.

b) Bleyta fingurgómana og skvetta vatni í lófana. Skiptið Sushi hrísgrjónunum í 4 hrísgrjónabeð.

c) Skerið hverja hörpudisk í tvennt þversum. Skerið hverja hörpuskel helming í miðjuna í fiðrildi. Ekki skera alla leið í gegn. Drapeið hverja fiðrildi hörpuskel ofan á hverju hrísgrjónabeði.

d) Blandið hvítlauknum, klípu af salti og dökkri sesamolíu saman í lítið fat. Dreifið blöndunni ríkulega yfir yfirborð hvers hörpudisks með bakinu á skeið. Skerið hverja hörpudisk með eldunarskyndi til að brúna yfirborðið létt. Berið fram með sojasósu.

86. Kryddaðar Calamari Hand Rolls

HRÁEFNI

- 1 bolli (200 g) tilbúin hefðbundin sushi hrísgrjón
- 8 þunnir ferskir calamari hringir (2 oz./50 g)
- 4 matskeiðar hálf og hálf
- 4 hrúga msk hveiti
- 2 hrúgafullar matskeiðar japanska brauðmola (panko)
- 1 tsk hrísgrjón furikake
- Klípa af salti
- Olía til steikingar
- 4 matskeiðar Sweet chili sósa auk meira til framreiðslu
- Fjögur 4 x 7 tommu (10 x 18 cm) blöð nori
- 2 tsk fínt rifin fersk engiferrót
- ½ avókadó, afhýtt, fræhreinsað og skorið í 8 sneiðar
- 4 tsk sesamfræ, ristuð
- 4 stykki grænn laukur, hvítir hlutar snyrtir í burtu

LEIÐBEININGAR

a) Undirbúið Sushi hrísgrjón og Sweet Chili sósu.

b) Settu smokkfiskinn í litla skál með helmingnum og helmingnum.

c) Hrærið saman hveiti, panko brauðmylsnu, furikake og klípu af salti í lítilli skál. Fjarlægðu smokkfiskinn af hálfu og hálfu og blandaðu vel saman við hveitiblönduna. (Það ætti að virðast klumpótt.) Hitið 1 tommu (2,5 cm) af olíu á pönnu í 350°F (175°C). Steikið smokkfiskinn þar til deigið er gullið, um 3 mínútur. Tæmið á pappírshandklæði í nokkrar sekúndur.

Flyttu smokkfisknum yfir í meðalstóra skál og blandaðu með Sweet Chili sósunni.

d) Stilltu 1 blað af nori þvert yfir vinstri lófann þannig að grófa hliðin snúi upp. Ýttu á 4 matskeiðar af tilbúnum Sushi hrísgrjónum á vinstri ⅓ af nori. Smyrjið $\frac{1}{2}$ teskeið af fersku engiferrótinni yfir hrísgrjónin.

e) Setjið 2 avókadósneiðar í línu niður miðjuna á hrísgrjónunum. Toppið með $\frac{1}{4}$ af steiktum smokkfiski. Stráið 1 tsk af sesamfræjunum yfir og bætið við einum grænlauksbita.

f) Taktu neðra vinstra hornið á nori og brjóttu það yfir fyllingarnar þar til það nær efsta punktinum rétt handan við hrísgrjónin. Rúllaðu rúllunni niður og myndaðu þétta keilu þar til öllum nori hefur verið vafið utan um. Ef þess er óskað skaltu festa lausa brúnina með einu hrísgrjónakorni.

g) Endurtaktu leiðbeiningarnar með afganginum af nori, hrísgrjónum og fyllingum. Berið fram strax með Sweet Chili sósu, ef vill.

87. Broiled steinbítur Hand Rolls

HRÁEFNI

- 1 bolli (200 g) tilbúinn hefðbundinn
- 8 sneiðar steiktur steinbítur
- 2 tsk ristað sesamfræ
- Fjögur 4 x 7 tommu (10 x 18 cm) blöð nori
- 4 tsk sætt sojasíróp, eða meira eftir smekk
- 4 tsk fínt rifin daikon radísa
- Ein ensk agúrka eða japönsk agúrka, fræhreinsuð og skorin í 4 tommu (10 cm) lengdar eldspýtustangir

LEIÐBEININGAR

a) Undirbúið Sushi hrísgrjón, steiktan köttfisk og sætt sojasíróp.

b) Setjið steiktu steinbítsneiðarnar á álpappír og hitið í brauðrist ofni á háum hita í 30-45 sekúndur til að hitna. Stráið sesamfræjum yfir.

c) Stilltu 1 blað af nori í vinstri lófa þínum þannig að grófa hliðin snúi upp. Ýttu á 4 matskeiðar af tilbúnum Sushi hrísgrjónum á vinstri ⅓ af nori.

d) Smyrðu 1 tsk af sæta sojasírópinu og 1 tsk af rifnum daikon radish niður í miðju hrísgrjónanna. Setjið 2 steiktar steinbítssneiðar í línu niður hrísgrjónin. Raðið $\frac{1}{4}$ af gúrkustöngunum ofan á.

e) Rúllaðu nori í þéttan strokk. Endurtaktu leiðbeiningarnar með afganginum af nori, hrísgrjónum og fyllingum. Berið rúllurnar fram strax.

88. Grænmetis Tempura handrúllur

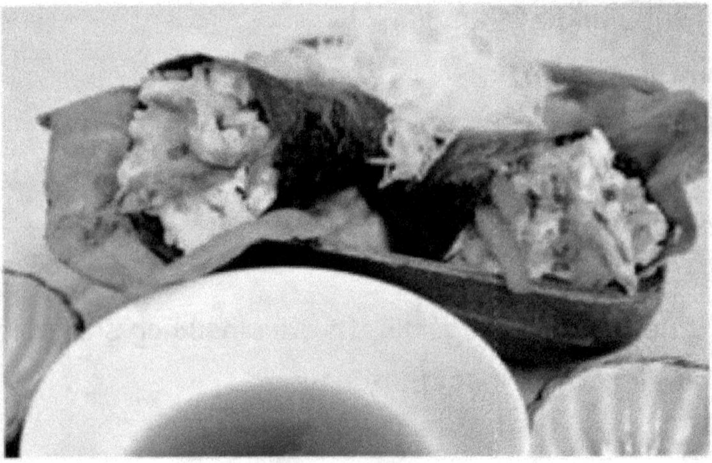

HRÁEFNI

- 1 bolli (200 g) tilbúin hefðbundin sushi hrísgrjón
- Basic Tempura deig
- Olía til steikingar
- 16 grænar baunir, oddar og strengir fjarlægðir, hvítaðar
- 4 matskeiðar kartöflusterkja eða maíssterkja (maísmjöl)
- Fjögur 4 x 7 tommu (10 x 18 cm) blöð nori
- 4 tsk ristað sesamfræ
- 4 tsk fínt rifin daikon radísa
- 1 tsk fínt rifin fersk engiferrót
- ¼ rauð paprika, skorin í eldspýtustangir
- 4 stykki af grænum laukum, hvítir hlutar snyrtir í burtu

LEIÐBEININGAR

a) Undirbúið Sushi hrísgrjónin og Basic Tempura deigið.

b) Hitið 1 tommu (2,5 cm) af olíu á pönnu í 350°F (175°C). Dýfðu grænu baununum í kartöflusterkjuna og hristu afganginn í burtu. Snúðu grænu baununum í Basic Tempura batterið áður en þú bætir við heitu olíuna. (Til að fá meira marr, hellið 1 matskeið af Tempura batter yfir olíuna eftir að grænu baununum hefur verið bætt við.) Steikið þar til deigið er gullbrúnt, um það bil 2 mínútur. Tæmið á vírgrind.

c) Settu 1 blað af nori yfir vinstri lófann með grófa hliðina upp. Ýttu á 4 matskeiðar tilbúin Sushi hrísgrjón á vinstri ⅓ af nori. Stráið 1 tsk af sesamfræjunum yfir hrísgrjónin. Smyrðu 1 tsk af daikon radish og ¼ tsk af ferskri engiferrót yfir hrísgrjónin.

d) Raðið 4 grænum baunum í tvöfalda línu niður miðjuna á hrísgrjónunum. Toppið með $\frac{1}{4}$ af rauðu papriku eldspýtustokkunum og 1 grænlauksstykki.

e) Taktu neðra vinstra hornið á nori og brjóttu það yfir fyllingarnar þar til það nær efsta punktinum rétt handan við hrísgrjónin. Rúllaðu rúllunni niður og myndaðu þétta keilu þar til öllum nori hefur verið vafið utan um. Ef þess er óskað skaltu festa lausa brúnina með einu hrísgrjónakorni.

89. Handrúllur úr stökkum kjúklingaskinni

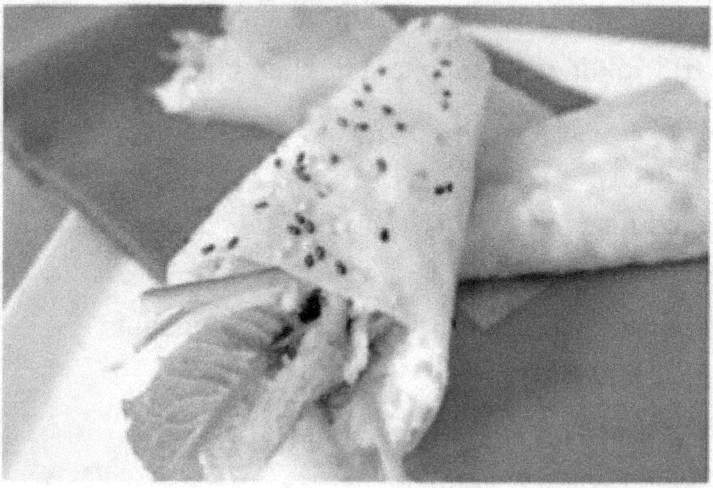

HRÁEFNI

- 1 bolli (200 g) tilbúin hefðbundin sushi hrísgrjón
- 6 únsur. (175 g) kjúklingaskinn, skolað vel og þurrkað
- Olía til steikingar
- Salt eftir smekk
- ½ tsk rauð piparduft (togarashi) eða malaður rauður pipar (cayenne)
- Fjögur 4 x 7 tommu (10 x 18 cm) blöð sojabaunapappír
- 4 tsk kryddað majónes
- 4 tsk loðnuhrogn (masago)
- 4 tsk wasabi baunir, gróft saxaðar
- 4 tsk hakkað grænn laukur
- Ein gulrót, skorin í 4 tommu (10 cm) lengdar eldspýtustangir
- Ein ensk agúrka eða japönsk agúrka, fræhreinsuð og skorin í 4 tommu (10 cm) lengdar eldspýtustangir
- 1 stórt romaine salatblað, skorið í þunnar strimla

LEIÐBEININGAR

a) Undirbúið Sushi hrísgrjón og kryddað majónes.

b) Skerið kjúklingahýðið í þunnar ræmur. Hitið ½ tommu (1,25 cm) af olíu á pönnu í 350°F (175°C). Steikið kjúklingahýðið þar til það er mjög stökkt, um það bil 5 mínútur. Blandið kjúklingahýði, salti og rauðum pipardufti saman í lítilli skál.

c) Leggðu 1 blað af sojapappír yfir vinstri lófa þinn. Ýttu á 4 matskeiðar af Sushi hrísgrjónunum á vinstri ⅓ af sojapappírnum.

d) Smyrðu 1 teskeið af kryddmajónesi niður í miðju hrísgrjónanna. Dreifið 1 tsk af hrognum á hrísgrjónin. Settu 1 tsk af wasabi baunum í lag og 1 tsk af grænum lauk. Bætið við $\frac{1}{4}$ af gulrótar eldspýtuköstunum, $\frac{1}{4}$ af gúrkustöngunum og $\frac{1}{4}$ af niðurskornu Romaine. Toppið með $\frac{1}{4}$ af steiktu kjúklingahýði.

e) Taktu neðra vinstra hornið á sojabaunapappírnum og brjóttu það yfir fyllinguna þar til það nær efsta punktinum rétt handan við hrísgrjónin. Rúllaðu rúllunni niður og myndaðu þétta keilu.

90. Gljáðar beikonhandrúllur

HRÁEFNI

- 1 bolli (200 g) tilbúin hefðbundin sushi hrísgrjón
- Fjórir 4 x 7 tommur (10 x 18 cm) sojapappír eða nori
- 8 ræmur beikon, soðið
- 1 Romaine salat, skorið í þunnar strimla
- ½ tómatur, skorinn í 8 báta
- ¼ avókadó, skorið í 4 báta
- 4 matskeiðar sætt sojasíróp eða meira eftir smekk
- 4 tsk sesamfræ, ristuð

LEIÐBEININGAR

a) Útbúið Sushi hrísgrjónin og sætt sojasírópið.

b) Settu 1 blað af sojabaunapappír yfir vinstri lófa þinn. Ýttu á 4 matskeiðar Sushi hrísgrjón á vinstri ⅓ af sojabaunapappírnum.

c) Raðið 2 ræmum af beikoni niður í miðju hrísgrjónanna. Toppið með ¼ af niðurskornu Romaine. Bætið við 2 af tómatbátum og 1 avókadóbát. Dreypið 1 matskeið af sætu sojasírópi yfir fyllingarnar. Stráið 1 tsk af sesamfræjunum yfir.

d) Taktu neðra vinstra hornið á sojapappírnum og brjóttu það yfir fyllingarnar þar til það nær efsta punktinum rétt handan við hrísgrjónin. Rúllaðu rúllunni niður og myndaðu þétta keilu þar til öllum sojapappírnum hefur verið vafið utan um keiluna.

e) Endurtaktu leiðbeiningarnar með sojapappírnum sem eftir er, hrísgrjónum og fyllingum. Berið rúllurnar fram strax.

91. Makríl Gúrku Hand Rolls

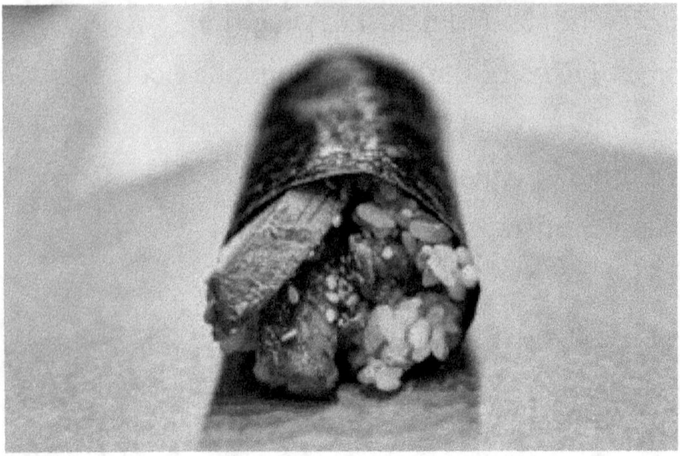

HRÁEFNI

- 1 bolli (200 g) tilbúin hefðbundin sushi hrísgrjón
- 4 blöð nori, 4 x 7 tommur (10 x 18 cm)
- 2 tsk fínt rifin fersk engiferrót
- 1 tilbúið ferskt makrílflök, skorið í um 8 sneiðar
- Ein ensk agúrka eða japönsk agúrka, fræhreinsuð og skorin í 4 tommu (10 cm) lengdar eldspýtustangir
- 4 sítrónubátar
- 4 tsk hakkað grænn laukur, aðeins grænir hlutar

LEIÐBEININGAR

a) Undirbúið Sushi hrísgrjónin.

b) Stilltu 1 blað af nori þvert yfir vinstri lófann þannig að grófa hliðin snúi upp. Ýttu á 4 matskeiðar af Sushi hrísgrjónunum á vinstri ⅓ af nori. Smyrðu $\frac{1}{2}$ af teskeiðinni af ferskri engiferrót yfir hrísgrjónin.

c) Smyrðu $\frac{1}{2}$ teskeið af fersku engiferrótinni yfir hrísgrjónin. Raðið 2 makrílsneiðum í línu niður fyrir miðju hrísgrjónanna. Bætið $\frac{1}{4}$ af gúrkuspýtunum saman við. Kreistið 1 sítrónubát yfir fyllingarnar og stráið síðan 1 tsk af grænlauknum yfir.

d) Taktu neðra vinstra hornið á nori og brjóttu það yfir fyllingarnar þar til það nær efsta punktinum rétt handan við hrísgrjónin. Rúllaðu rúllunni niður og myndaðu þétta keilu þar til öllum nori hefur verið vafið utan um. Ef þess er óskað skaltu festa lausa brúnina með einu hrísgrjónakorni.

e) Endurtaktu leiðbeiningarnar með afganginum af nori, hrísgrjónum og fyllingum. Berið rúllurnar strax fram með Ponzu sósu, ef vill.

92. Grœnkál Chip Hand Rolls

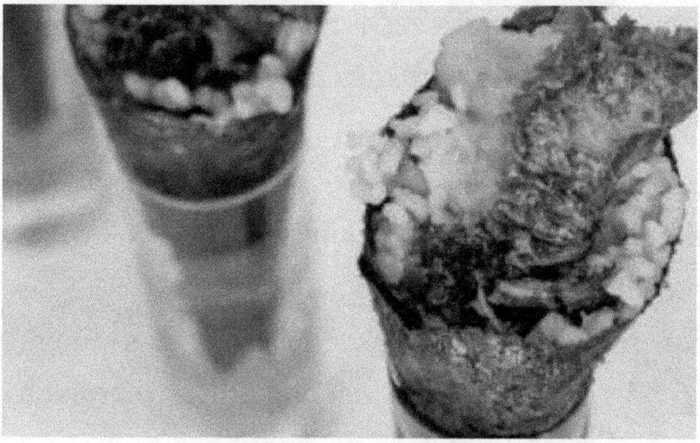

HRÁEFNI

- 1 bolli (200 g) tilbúin hefðbundin sushi hrísgrjón
- 1 lítið búnt grænkál, þvegið og þurrkað
- 1 matskeið matarolía
- ½ tsk rauð piparduft (togarashi)
- Fjögur 4 x 7 tommu (10 x 18 cm) blöð nori
- 2 matskeiðar kristallað engifer, saxað
- ½ lítið tertað grænt epli, afhýtt og skorið í eldspýtustangir
- Ein gulrót, skorin í 4 tommu (10 cm) lengdar eldspýtustangir
- 4 matskeiðar hnetusósa eða meira eftir smekk
- 4 tsk hakkað grænn laukur

LEIÐBEININGAR

a) Undirbúið Sushi hrísgrjón og hnetusósu.
b) Hitið ofn í 350°F (175°C). Fjarlægðu alla harða stilka og rif af grænkálinu. Setjið grænkálið á bökunarplötu úr málmi sem er þakið smjörpappír. Dreypið olíu yfir toppinn og hrærið henni um með höndunum til að blanda vel saman. Stráið rauða piparduftinu yfir (togarashi) og sjávarsalt á báðum hliðum grænkálsins.
c) Dreifið grænkálinu í eitt þunnt lag og bakið í 12 mínútur og snúið grænkálsflögum yfir hálfa leið. Flögur eiga að vera léttar og stökkar. Ef þarf, leyfið þeim að bakast í 2-3 mínútur til viðbótar.
d) Stilltu 1 blað af nori þvert yfir vinstri lófann þannig að grófa hliðin snúi upp.

e) Ýttu á 4 matskeiðar af tilbúnum Sushi hrísgrjónum á vinstri ⅓ af nori. Stráið ½ matskeið af kristallaða engiferinu yfir hrísgrjónin.

f) Setjið ¼ af grænkálsflögum í miðju hrísgrjónanna. Bætið við ¼ af Granny Smith epla eldspýtustangunum og ¼ af gulrótar eldspýtustangunum. Setjið 1 matskeið af hnetusósunni, eða meira eftir smekk, yfir fyllingarnar. Stráið 1 tsk af grænlauknum ofan á.

g) Taktu neðra vinstra hornið á nori og brjóttu það yfir fyllingarnar þar til það nær efsta punktinum rétt handan við hrísgrjónin. Rúllaðu rúllunni niður og myndaðu þétta keilu þar til öllum nori hefur verið vafið utan um.

93. Arctic Char Hand Rolls

HRÁEFNI

- 1 bolli (200 g) tilbúin hefðbundin sushi hrísgrjón
- 4 blöð 4 x 7 tommur (10 x 18 cm) nori
- 4 tsk sesamfræ, ristuð
- 6 únsur. (175 g) fersk bleikja, skorin í 8 strimla (eða til skiptis, lax)
- Ein ensk agúrka eða japönsk agúrka, fræhreinsuð og skorin í 4 tommu (10 cm) lengdar eldspýtustangir
- ¼ avókadó, afhýtt, fræhreinsað og skorið í 4 báta
- 4 sítrónubátar
- 4 stykki af grænum laukum, hvítir hlutar snyrtir í burtu

LEIÐBEININGAR

a) Undirbúið Sushi hrísgrjónin.

b) Settu 1 blað af nori yfir vinstri lófann með grófu hliðina upp. Ýttu á 4 matskeiðar af tilbúnum Sushi hrísgrjónum á vinstri ⅓ af nori. Stráið 1 tsk af sesamfræjunum yfir hrísgrjónin.

c) Leggið 2 bleikjulengjur í röð niður fyrir miðju hrísgrjónanna. Toppið með ¼ af gúrkuspýtuköstunum og 1 avókadósneið. Kreistið 1 sítrónubát yfir fyllingarnar og bætið við einum grænlauksbita.

d) Taktu neðra vinstra hornið á nori og brjóttu það yfir fyllingarnar þar til það nær efsta punktinum rétt handan við hrísgrjónin. Rúllaðu rúllunni niður og myndaðu þétta keilu þar til öllum nori hefur verið vafið utan um. Ef þess er óskað skaltu festa lausa brúnina með einu hrísgrjónakorni.

e) Endurtaktu leiðbeiningarnar með afganginum af nori, hrísgrjónum og fyllingum. Berið rúllurnar fram strax.

94. Ferskar túnfiskhandrúllur

HRÁEFNI

- 1 bolli (200 g) tilbúin hefðbundin sushi hrísgrjón
- 4 blöð nori, 4 x 7 tommur (10 x 18 cm)
- 2 tsk fínt rifin fersk engiferrót
- 6 únsur. (175 g) ferskur túnfiskur eða albacore túnfiskur, skorinn þvert yfir kornið í 12 strimla
- Ein ensk agúrka eða japönsk agúrka, fræhreinsuð og skorin í 4 tommu (10 cm) lengdar eldspýtustangir
- 4 limebátar
- 4 tsk sesamfræ, ristuð

LEIÐBEININGAR

a) Undirbúið Sushi hrísgrjónin.

b) Stilltu 1 blað af nori þvert yfir vinstri lófann þannig að grófa hliðin snúi upp. Ýttu á 4 matskeiðar af Sushi hrísgrjónunum á vinstri ⅓ af nori. Smyrðu ½ af teskeiðinni af ferskri engiferrót yfir hrísgrjónin.

c) Raðið 3 ferskum túnfiskstrimlum í röð niður fyrir miðju hrísgrjónanna. Bætið ¼ af gúrkuspýtunum saman við. Kreistið 1 lime-bát yfir fyllingarnar og stráið síðan 1 tsk af sesamfræjunum yfir.

d) Taktu neðra vinstra hornið á nori og brjóttu það yfir fyllingarnar þar til það nær efsta punktinum rétt handan við hrísgrjónin. Rúllaðu rúllunni niður og myndaðu þétta keilu þar til öllum nori hefur verið vafið utan um. Ef þess er óskað skaltu festa lausa brúnina með einu hrísgrjónakorni.

e) Endurtaktu leiðbeiningarnar með afganginum af nori, hrísgrjónum og fyllingum. Berið rúllurnar fram strax.

95. Kimchee, tómatar og ansjósu handrúllur

HRÁEFNI

- 1 bolli (200 g) tilbúin hefðbundin sushi hrísgrjón
- 4 blöð nori, 4 x 7 tommur (10 x 18 cm)
- 8-12 lítil niðursoðin ansjósuflök, þurrkuð af niðursuðuvökva
- 4 ræmur kimchee eða meira eftir smekk, gróft saxað
- ½ tómatur, skorinn í 8 báta

LEIÐBEININGAR

a) Undirbúið Sushi hrísgrjónin.

b) Stilltu 1 blað af nori þvert yfir vinstri lófann þannig að grófa hliðin snúi upp. Ýttu á 4 matskeiðar af Sushi hrísgrjónunum á vinstri ⅓ af nori.

c) Raðið 2-3 ansjósuflökum í línu niður fyrir miðju hrísgrjónanna. Bætið 1 matskeið af kimchee út í. Setjið 2 af tómatbátum yfir hinar fyllingarnar.

d) Taktu neðra vinstra hornið á nori og brjóttu það yfir fyllingarnar þar til það nær efsta punktinum rétt handan við hrísgrjónin. Rúllaðu rúllunni niður og myndaðu þétta keilu þar til öllum nori hefur verið vafið utan um. Ef þess er óskað skaltu festa lausa brúnina með einu hrísgrjónakorni.

e) Endurtaktu leiðbeiningarnar með afganginum af nori, hrísgrjónum og fyllingum. Berið fram strax.

96. Melóna Sashimi

HRÁEFNI

- ½ pund (250 g) af margs konar melónu, skorin í ½ tommu (1,25 cm) teninga
- ½ bolli (125 ml) sake
- ½ tsk wasabi duft
- 4 matskeiðar sætt sojasíróp
- 1 bolli (50 g) daikon spíra (kaiware), valfrjálst
- Sjávarsalt eftir smekk

LEIÐBEININGAR

a) Setjið melónu teningana í litla skál. Þeytið sake og wasabi duftið saman í annarri skál. Hellið blöndunni yfir melónutenningana og leyfið melónunum að liggja í bleyti í 10 mínútur. Hellið vökvanum af melónunum.

b) Til að bera fram sashimi skaltu safna 4 litlum réttum. Dýfðu litlum sætabrauðsbursta í sæta sojasírópinu og strjúktu einum sósustroka yfir hvern rétt. Endurtaktu þetta fyrir réttina sem eftir eru.

c) Skiptið melónutenningunum í 4 hluta og raðið nokkrum melónutenningum yfir sæta sojasírópið.

d) Toppið melónu teningana með daikon spírunum, ef það er notað, Stráið sjávarsalti yfir hvern disk og berið fram strax.

97. Tilapia og rækjur Ceviche Sashimi

HRÁEFNI

- 8 únsur. (250 g) ferskt tilapia eða annað hvítfiskflök, skorið í litla teninga
- 8 únsur. (250 g) soðnar rækjur, halar fjarlægðar, skornar í litla bita
- 4 matskeiðar Sushi hrísgrjón dressing
- 1 bolli (250 g) pínulitlir sneiðar ananasbitar
- Safi úr 1 lime
- 1 lítill jalapeño chilipipar, fræ fjarlægð, smátt saxuð
- ½ tsk hakkaður hvítlaukur
- ¼ lítil rauð paprika, litlar teningar
- 4 tsk hakkað grænn laukur, aðeins grænir hlutar
- 4 greinar fersk kóríanderlauf (kóríander), saxaður
- Plantain franskar, til að bera fram

LEIÐBEININGAR

a) Sameina tilapia og rækjur í meðalstórri skál sem er ekki úr málmi. Bætið hinum hráefnunum út í og hrærið vel. Geymið í kæli í að minnsta kosti 1 klukkustund áður en það er borið fram.

b) Til að bera fram skaltu bjóða upp á plantain franskar á hliðinni til að nota sem ætar skeiðar.

98. Heirloom Tomato Sashimi

HRÁEFNI

- 4 matskeiðar hrísgrjónaedik
- 1 tsk sykur
- 3 stórir arfatómatar
- 1 sítróna, skorin í tvennt
- 1 bolli (50 g) rifið daikon, valfrjálst
- 2 tsk sjávarsalt
- ¼ tsk grænt te duft (matcha)

LEIÐBEININGAR

a) Hrærið saman hrísgrjónaediki og sykri í litlum potti. Látið suðuna koma upp og lækkið síðan hitann til að halda suðu. Látið malla þar til vökvinn hefur minnkað um helming, um það bil 2 mínútur. Takið af hitanum og kælið alveg.

b) Kjarnhreinsaðu tómatana og skerðu þá í ¼ tommu (6 mm) sneiðar. Skiptið tómötunum á milli 2 diska.

c) Dreypið minnkaðri ediki yfir tómatana. Setjið 1 sítrónuhelming á hlið hvers disks. Setjið ½ helming af daikoninu, ef það er notað, ofan á hvern disk. Blandið saman sjávarsalti og grænu tedufti.

d) Skiptu því á milli tveggja lítilla rétta. Til að njóta, kreistið sítrónuna yfir tómatana. Stráið salti með grænu tebragði eftir smekk.

99. Pappírsþunnur Tilapia Sashimi

HRÁEFNI

- 8 únsur. (250 g) ferskt tilapia eða annað hvítfiskflök
- Um 15 lítil taílensk basilíkublöð
- ½ ensk agúrka (japönsk agúrka), rifin í sundur
- ½ bolli (125 ml) Drekasafi
- Sítrónusneiðar til skrauts

LEIÐBEININGAR

a) Skerið tilapia í mjög þunnar sneiðar. með því AÐ nota hornskurðarleiðbeiningarnar . Setjið 1 taílenskt basilblað á neðri hluta hverrar sneiðar af tilapia. Raðið sneiðum af tilapia á mynstrað borð.

b) Blandið rifnu gúrkunni og ½ af drekasafanum saman í lítilli skál. Settu gúrkurnar yfir miðju sashimisins. Helltu afganginum af sósunni yfir tilapíuna.

c) Skreytið réttinn með sítrónubátum. Berið fram með sojasósu til ídýfingar, ef vill.

100. Túnfiskur og avókadó tartar

HRÁEFNI

- 8 únsur. (250 g) ferskur ahi túnfiskur, saxaður
- 2 tsk hakkað grænn laukur, aðeins grænir hlutar
- $\frac{1}{2}$ tsk dökk sesamolía
- 4 matskeiðar Ponzu sósa
- 1 stór sítrónubátur
- $\frac{1}{2}$ avókadó, afhýtt, fræhreinsað og skorið í litla teninga
- Klípa af salti
- 1 stórt shiso (perilla) lauf eða basilblað, skorið í þunnar strimla
- $\frac{1}{2}$ ensk agúrka (japönsk agúrka), skorin í $\frac{1}{4}$ tommu (6 mm) sneiðar

LEIÐBEININGAR

a) Setjið túnfiskinn í litla skál sem er ekki úr málmi. Bætið við grænum lauk, dökkri sesamolíu og Ponzu sósu. Blandið hráefninu vel saman.

b) Í annarri lítilli skál, kreistið sítrónubátinn yfir avókadó teningana. Bætið við klípu af salti og niðurskornu shiso. Hrærið vel saman.

c) Settu 4 tommu (10 cm) fermetra mót á borðplötuna. Þrýstið $\frac{1}{2}$ af túnfiskblöndunni í formið og síðan $\frac{1}{2}$ af avókadóblöndunni. Endurtaktu lögin og taktu tannsteininn varlega af. Berið tartarinn fram með gúrkusneiðunum.

NIÐURSTAÐA

Sama hvort þú elskar hefðbundnar amerískar sushi rúllur, eða ekta sashimi og nigiri, að borða sushi er alltaf bragðgóður, yndisleg upplifun. En ef þú hefur ekki fengið þér mikið sushi á ævinni gætirðu ruglast á því hvað þú átt að gera á meðan þú borðar sushi - og verið kvíðin og ekki viss um hvernig á að borða það rétt.

Þannig að ef þú ert tilbúinn að festa þig í sushi, þá munu þessar uppskriftir vera frábær staður til að byrja!

www.ingramcontent.com/pod-product-compliance
Lightning Source LLC
LaVergne TN
LVHW011252061026
849535LV00005B/1226